The Power of Imagination: Comparative Analysis of Science Fiction and Fantasy Literature

ఊహాశక్తి యొక్క శక్తి: సైన్స్ ఫిక్షన్ మరియు ఫాంటసీ సాహిత్యాల తులనాత్మక విశ్లేషణ

Ramajogayya Sastry

Copyright © [2023]

Title: The Power of Imagination: Comparative Analysis of Science Fiction and Fantasy Literature
Author's: Ramajogayya Sastry

All rights reserved. No part of this publication may be reproduced, stored in a retrieval system, or transmitted in any form or by any means, electronic, mechanical, photocopying, recording, or otherwise, without the prior written permission of the publisher or author, except in the case of brief quotations embodied in critical reviews and certain other non-commercial uses permitted by copyright law.

This book was printed and published by [Publisher's: **Ramajogayya Sastry**] in [2023]

ISBN:

TABLE OF CONTENT

Chapter 1: Introduction   11

- 1.1 Defining Imagination: Unpacking its role in literature.
- 1.2 Birth of Genres: A historical overview of Science Fiction and Fantasy.
- 1.3 Point of Comparison: Identifying key aspects for analysis (world-building, characters, themes, etc.).
- 1.4 Research Methodology: Outlining your approach to the comparative analysis.

Chapter 2: Constructing Worlds   18

- 2.1 Building Blocks: Examining the foundations of world-building in each genre.
- 2.2 Scientific Plausibility vs. Magical Systems: Contrasting approaches to creating believable worlds.
- 2.3 The Environment Speaks: Exploring how worlds reflect themes and shape narratives.
- 2.4 Evolution of Worlds: Analyzing how worlds change and impact characters.
- 2.5 Case Studies: Comparing specific world-building examples from both genres

Chapter 3: Forging Characters 29

- 3.1 Beyond Human: Examining the diverse character types in each genre.
- 3.2 Overcoming Challenges: Exploring how characters navigate unique obstacles.
- 3.3 Morality and Choice: Analyzing ethical dilemmas and character motivations.
- 3.4 Growth and Transformation: Comparing character development arcs across genres.
- 3.5 Memorable Heroes and Villains: Analyzing iconic characters and their impact.

Chapter 4: Exploring Themes 39

- 4.1 Humanity's Place in the Universe: Examining existential questions and scientific advancement in SF.
- 4.2 Morality and Magic: Exploring the consequences of power and the nature of good and evil in Fantasy.
- 4.3 Social Commentary: Analyzing how both genres address societal issues and historical context.
- 4.4 The Power of Hope: Comparing how each genre offers hope and resilience in the face of adversity.
- 4.5 Beyond the Genre Lens: Identifying universal themes that transcend genre boundaries

TABLE OF CONTENT

Chapter 1: Introduction 11

- 1.1 Defining Imagination: Unpacking its role in literature.
- 1.2 Birth of Genres: A historical overview of Science Fiction and Fantasy.
- 1.3 Point of Comparison: Identifying key aspects for analysis (world-building, characters, themes, etc.).
- 1.4 Research Methodology: Outlining your approach to the comparative analysis.

Chapter 2: Constructing Worlds 18

- 2.1 Building Blocks: Examining the foundations of world-building in each genre.
- 2.2 Scientific Plausibility vs. Magical Systems: Contrasting approaches to creating believable worlds.
- 2.3 The Environment Speaks: Exploring how worlds reflect themes and shape narratives.
- 2.4 Evolution of Worlds: Analyzing how worlds change and impact characters.
- 2.5 Case Studies: Comparing specific world-building examples from both genres

Chapter 3: Forging Characters 29

- 3.1 Beyond Human: Examining the diverse character types in each genre.
- 3.2 Overcoming Challenges: Exploring how characters navigate unique obstacles.
- 3.3 Morality and Choice: Analyzing ethical dilemmas and character motivations.
- 3.4 Growth and Transformation: Comparing character development arcs across genres.
- 3.5 Memorable Heroes and Villains: Analyzing iconic characters and their impact.

Chapter 4: Exploring Themes 39

- 4.1 Humanity's Place in the Universe: Examining existential questions and scientific advancement in SF.
- 4.2 Morality and Magic: Exploring the consequences of power and the nature of good and evil in Fantasy.
- 4.3 Social Commentary: Analyzing how both genres address societal issues and historical context.
- 4.4 The Power of Hope: Comparing how each genre offers hope and resilience in the face of adversity.
- 4.5 Beyond the Genre Lens: Identifying universal themes that transcend genre boundaries

Chapter 5: Narrative Techniques   49

- 5.1 Plot and Pacing: Comparing narrative structures and how they build suspense.
- 5.2 Language and Style: Analyzing how writing styles and tools create atmosphere and immersion.
- 5.3 Symbolism and Metaphor: Exploring how both genres use figurative language to deepen meaning.
- 5.4 Reader Engagement: Comparing strategies for drawing readers into the story experience.
- 5.5 The Power of Storytelling: Examining how both genres use narrative to connect with readers.

Chapter 6: Influence and Impact   59

- 6.1 Cultural Impact: Exploring how both genres have shaped popular culture and societal thinking.
- 6.2 Inspiring Innovation: Analyzing how science fiction has influenced scientific progress.
- 6.3 Social Change and Activism: Examining how fantasy has been used to explore social issues and promote change.
- 6.4 Intertextuality and Cross-Genre Influences: Exploring how both genres borrow and inspire each other.
- 6.5 The Future of Imagination: Speculating on the future of both genres and their continued relevance.

Chapter 7: Conclusion   69

- 7.1 Recap of Key Findings: Summarize the main points of your comparative analysis.
- 7.2 Beyond the Binary: Exploring the blurring lines between genres and the emergence of hybrid forms.
- 7.3 The Enduring Power of Imagination: Reiterate the significance of imagination in literature and its impact on readers.
- 7.4 Future Directions for Research: Suggesting new avenues for exploring science fiction and fantasy literature.
- 7.5 Closing Remarks: A final reflection on the value of imagination and its role in shaping our world.

విషయ సూచిక

అధ్యాయం 1: పరిచయం

1.1 ఊహాశక్తిని నిర్వచించడం: సాహిత్యంలో దాని పాత్రను విప్పడం.
1.2 శైలుల జననం: సైన్స్ ఫిక్షన్ మరియు ఫాంటసీల చారిత్రక అవలోకనం.
1.3 పోలిక యొక్క బిందువు: విశ్లేషణ కోసం ముఖ్యమైన అంశాలను గుర్తించడం (లోక నిర్మాణం, పాత్రలు, థీమ్‌లు మొదలైనవి
1.4 పరిశోధన పద్ధతి: తులనాత్మక విశ్లేషణకు మీ విధానాన్ని వివరించడం.

అధ్యాయం 2: లోకాల నిర్మాణం

2.1 బిల్డింగ్ బ్లాక్స్: ప్రతి శైలిలో లోక నిర్మాణం యొక్క పునాదులను పరిశీలించడం.
2.2 శాస్త్రీయ నమ్మకం vs. మాంత్రిక వ్యవస్థలు: నమ్మదగిన లోకాలను సృష్టించడానికి విరుద్ధమైన విధానాలు.
2.3 పర్యావరణం మాట్లాడుతుంది: లోకాలు ఎలా థీమ్‌లను ప్రతిబింబిస్తాయి మరియు కథనాలను ఆకృతి చేస్తాయో అన్వేషించడం.
2.4 లోకాల పరిణామం: లోకాలు ఎలా మారుతాయో మరియు పాత్రలను ఎలా ప్రభావితం చేస్తాయో విశ్లేషించడం.
2.5 కేసు అధ్యయనాలు: రెండు శైలీల నుండి నిర్దిష్ట లోక నిర్మాణ ఉదాహరణలను పోల్చడం.

అధ్యాయం 3: పాత్రల రూపకల్పన

3.1 మానవత్వం దాటి: ప్రతి శైలిలోని విభిన్న పాత్ర రకాలను పరిశీలించడం.
3.2 సవాళ్లను అధిగమించడం: పాత్రలు ఎలా ప్రత్యేకమైన అడ్డంకులను ఎదుర్కొంటాయో అన్వేషించడం.
3.3 నీతి మరియు ఎంపిక: నైతిక దిлемమలు మరియు పాత్ర ప్రేరణలను విశ్లేషించడం.
3.4 వృద్ధి మరియు పరివర్తన: శైలుల అంతటా పాత్ర అభివృద్ధి చాప్‌లను పోల్చడం.
3.5 గుర్తించదగిన హీరోలు మరియు విలన్‌లు: చిరస్మరణీయ పాత్రలు మరియు వాటి ప్రభావాన్ని విశ్లేషించడం.

అధ్యాయం 4: థీమ్‌లను అన్వేషించడం

4.1 విశ్వంలో మానవత్వం స్థానం: SFలో ఉనికి ప్రశ్నలు మరియు శాస్త్రీయ పురోగతిని పరిశీలించడం.
4.2 నీతి మరియు మాయ: ఫాంటసీలో అధికారం యొక్క పరిణామాలు మరియు మంచితనం, చెడుగుల స్వభావాన్ని అన్వేషించడం.
4.3 సామాజిక వ్యాఖ్యానం: రెండు శైలీలు సామాజిక సమస్యలు మరియు చారిత్రక నేపథ్యాన్ని ఎలా ఎదుర్కొంటాయో విశ్లేషించడం.
4.4 ఆశ యొక్క శక్తి: ఎదురుదెబ్బల ముందు ప్రతి శైలి ఎలా ఆశ మరియు స్థిరత్వాన్ని అందిస్తుందో పోల్చడం.

4.5 శైలిల అవతల లోకం: సార్వత్రిక థీమ్‌లను గుర్తించడం, అవి శైలిల సరిహద్దులను దాటిపోతాయి

అధ్యాయం 5: కథన వైఖరులు

5.1 కథనం మరియు వేగం: కథన నిర్మాణాలను మరియు అవి ఉత్కంఠతను ఎలా పెంచుతాయో పోల్చడం.
5.2 భాష మరియు శైలి: రచన శైలులు మరియు సాధనాలు ఎలా వాతావరణం మరియు లోతైన అనుభవాన్ని సృష్టిస్తాయో విశ్లేషించడం.
5.3 చిహ్నాలు మరియు ఉపమానాలు: రెండు శైలీలు ఎలా అలంకారాలను ఉపయోగించి అర్థాన్ని లోతుగా చేస్తాయో అన్వేషించడం.
5.4 పాఠకుల నిమగ్నత: పాఠకులను కథన అనుభవంలోకి లాగడానికి వ్యూహాలను పోల్చడం.
5.5 కథన శక్తి: రెండు శైలీలు కథనాలను ఉపయోగించి పాఠకులతో ఎలా కలుస్తాయో పరిశీలించడం.

అధ్యాయం 6: ప్రభావం మరియు ప్రభావం

6.1 సాంస్కృతిక ప్రభావం: రెండు శైలీలు సాహిత్య సంస్కృతి మరియు సామాజిక ఆలోచనలను ఎలా ఆకృతి చేశాయో అన్వేషించడం.
6.2 నవీకరణకు స్ఫూర్తి: సైన్స్ ఫిక్షన్ శాస్త్రీయ పురోగతిని ఎలా ప్రభావితం చేసిందో విశ్లేషించడం.
6.3 సామాజిక మార్పు మరియు చైతన్యం: ఫాంటసీని సామాజిక సమస్యలను అన్వేషించడానికి మరియు మార్పును ప్రోత్సహించడానికి ఎలా ఉపయోగించారో పరిశీలించడం.
6.4 అంతర్గత వచనం మరియు శైలుల మధ్య ప్రభావాలు: రెండు శైలీలు ఎలా ఒకదానికొకటి అరువు పొంది, స్ఫూర్తినిస్తాయో అన్వేషించడం.
6.5 ఊహాశక్తి యొక్క భవిష్యత్తు: రెండు శైలీల భవిష్యత్తు మరియు వాటి యొక్క నిరంతర ప్రాముఖ్యతపై ఊహించడం.

అధ్యాయం 7: ముగింపు

7.1 ముఖ్యమైన కనుగొనలు: మీ తులనాత్మక విశ్లేషణ యొక్క ప్రధాన అంశాలను సంగ్రహించండి.
7.2 ద్వంద్వత దాటి: శైలీల మధ్య కలిసిపోయే రేఖలను మరియు హైబ్రిడ్ రూపాల పుట్టుకను అన్వేషించడం.
7.3 ఊహశక్తి యొక్క శాశ్వత శక్తి: సాహిత్యంలో ఊహశక్తి యొక్క ప్రాముఖ్యతను మరియు పాఠకులపై దాని ప్రభావాన్ని పునరావృతం చేయండి.
7.4 పరిశోధన కోసం భవిష్యత్తు దిశలు: సైన్స్ ఫిక్షన్ మరియు ఫాంటసీ సాహిత్యాలను అన్వేషించడానికి కొత్త మార్గాలను సూచించడం.
7.5 ముగింపు వ్యాఖ్యలు: ఊహశక్తి యొక్క విలువ మరియు మన ప్రపంచాన్ని ఆకృతి చేయడంలో దాని పాత్రపై చివరి ఆలోచన.

Chapter 1: Introduction

అధ్యాయం 1: పరిచయం

ఊహశక్తిని నిర్వచించడం: సాహిత్యంలో దాని పాత్రను విప్పడం

ఊహశక్తి అనేది మన మనస్సులో సృష్టించగలిగే ఒక ఊహాజనిత ప్రపంచం. ఇది నమ్మదగినది లేదా అసాధ్యమైనది కావచ్చు, కానీ ఇది ఎల్లప్పుడూ మనకు ఆశ్చర్యం మరియు ఆనందాన్ని కలిగిస్తుంది.

ఊహశక్తిని నిర్వచించడం

ఊహశక్తిని నిర్వచించడానికి అనేక మార్గాలు ఉన్నాయి. కొంతమంది దీనిని "వాస్తవానికి లేని వాటి గురించి ఆలోచించే సామర్థ్యం" అని నిర్వచిస్తారు. మరికొందరు దీనిని "కొత్త ఆలోచనలు లేదా భావాలను సృష్టించే సామర్థ్యం" అని నిర్వచిస్తారు. ఇంకొందరు దీనిని "సృజనాత్మకత మరియు ఆవిష్కరణకు మూలం" అని నిర్వచిస్తారు.

ఊహశక్తి అనేది ఒక సంక్లిష్టమైన మరియు బహుముఖమైన సామర్థ్యం. ఇది మన మనస్సు యొక్క ఒక శక్తివంతమైన సాధనం, ఇది మనం చూసే ప్రపంచాన్ని రూపొందించడంలో సహాయపడుతుంది.

ఊహశక్తి మరియు సాహిత్యం

ఊహాశక్తి సాహిత్యంలో ఒక ముఖ్యమైన పాత్ర పోషిస్తుంది. ఇది రచయితలకు కొత్త ప్రపంచాలు మరియు పాత్రలను సృష్టించడానికి మరియు వారి కథలకు ఆకర్షణీయత మరియు అర్థాన్ని ఇవ్వడానికి అనుమతిస్తుంది.

ఊహాశక్తిని ఉపయోగించి రచయితలు చేయగలిగే కొన్ని విషయాలు ఇక్కడ ఉన్నాయి:

- వాస్తవిక ప్రపంచాన్ని అన్వేషించండి: రచయితలు ఊహాశక్తిని ఉపయోగించి వాస్తవిక ప్రపంచాన్ని అన్వేషించవచ్చు మరియు దాని గురించి కొత్త అవగాహనను అందించవచ్చు. ఉదాహరణకు, జాన్ స్టీన్‌బెక్ తన నవల "ది గార్డియన్స్"లో 1930లలో అమెరికన్ గ్రామీణ జీవితాన్ని చిత్రీకరించడానికి ఊహాశక్తిని ఉపయోగించాడు.

- కొత్త ప్రపంచాలను సృష్టించండి: రచయితలు ఊహాశక్తిని ఉపయోగించి కొత్త ప్రపంచాలను సృష్టించవచ్చు, ఇవి వాస్తవిక ప్రపంచం నుండి పూర్తిగా భిన్నంగా ఉంటాయి. ఉదాహరణకు, జ.ఆర్.ఆర్. టోల్కీన్ తన నవల "ది లార్డ్ ఆఫ్ ది రింగ్స్"లో ఫాంటసీ ప్రపంచం మిడల్‌ఎర్త్‌ను సృష్టించడానికి ఊహాశక్తిని ఉపయోగించాడు.

శైలుల జననం: సైన్స్ ఫిక్షన్ మరియు ఫాంటసీల చారిత్రక అవలోకనం

పరిచయం

ఊహాశక్తి సాహిత్యంలో ఒక ముఖ్యమైన భాగం. ఇది రచయితలకు కొత్త ప్రపంచాలు మరియు పాత్రలను సృష్టించడానికి మరియు వారి కథలకు ఆకర్షణీయత మరియు అర్థాన్ని ఇవ్వడానికి అనుమతిస్తుంది.

సైన్స్ ఫిక్షన్ మరియు ఫాంటసీ అనేవి రెండు ప్రధాన రకాల ఊహాజనిత సాహిత్యం. సైన్స్ ఫిక్షన్ భవిష్యత్తులో లేదా ఊహాజనిత సాంకేతికతల గురించి కథలను చెబుతుంది. ఫాంటసీ మరోవైపు, మాయాజాలం, డ్రాగన్లు మరియు ఇతర ఊహాజనిత అంశాల గురించి కథలను చెబుతుంది.

ఈ రెండు శైలులు చాలా కాలంగా ఉన్నాయి, కానీ అవి ఎలా అభివృద్ధి చెందాయి అనే దానిపై స్పష్టమైన అభిప్రాయం లేదు. కొంతమంది విమర్శకులు సైన్స్ ఫిక్షన్ మరియు ఫాంటసీ యొక్క మూలాలు ప్రాచీన మధ్యయుగ కాలంలో లేదా మరింత ముందుగానే ఉన్నాయని నమ్ముతారు. ఇతరులు ఈ శైలులు 18వ శతాబ్దంలో లేదా 19వ శతాబ్దంలో విజ్ఞాన శాస్త్రం మరియు పరిశోధనలో పురోగతి కారణంగా అభివృద్ధి చెందాయని నమ్ముతారు.

సైన్స్ ఫిక్షన్ యొక్క పుట్టుక

సైన్స్ ఫిక్షన్ యొక్క పుట్టుకను గుర్తించడం కష్టం, ఎందుకంటే ఈ శైలిలోని కథలు చారిత్రకంగా అనేక విభిన్న రూపాలలో

కనిపించాయి. ఉదాహరణకు, 16వ శతాబ్దంలో మార్టిన్ లుథర్ మాంక్ అనే ఒక నాటకం ఒక ఊహాజనిత విమానం గురించి చెబుతుంది. 17వ శతాబ్దంలో ఫ్రాన్సిస్ బేకన్ తన "న్యూ అట్లాంటిస్" అనే రచనలో ఒక ఊహాజనిత భవిష్యత్తు సమాజం గురించి వ్రాశాడు.

అయితే, సైన్స్ ఫిక్షన్ యొక్క ఒక స్థిరమైన శైలిగా అభివృద్ధి చెందడం 18వ శతాబ్దంలో ప్రారంభమైందని చాలా మంది విమర్శకులు నమ్ముతారు. ఈ కాలంలో, విజ్ఞాన శాస్త్రం మరియు పరిశోధనలో పురోగతి జరిగింది, ఇది సైన్స్ ఫిక్షన్ రచయితలకు వారి కథలలో కొత్త ఆలోచనలు మరియు ఆవిష్కరణలను ఉపయోగించడానికి అనుమతించింది.

పోలిక యొక్క బిందువు: విశ్లేషణ కోసం ముఖ్యమైన అంశాలను గుర్తించడం

పరిచయం

పోలిక ఒక ముఖ్యమైన సాహిత్య విమర్శనాత్మక సాధనం. ఇది రెండు లేదా అంతకంటే ఎక్కువ రచనల మధ్య సారూప్యతలు మరియు తేడాలను గుర్తించడానికి ఉపయోగించవచ్చు. పోలికను రచనల యొక్క విశ్లేషణను మరింత లోతుగా మరియు సమగ్రంగా చేయడానికి ఉపయోగించవచ్చు.

పోలిక యొక్క బిందువు

పోలికను ఉపయోగించడానికి ముందు, మీరు పోల్చడానికి మీరు ఏ అంశాలను ఉపయోగించాలనుకుంటున్నారో నిర్ణయించుకోవాలి. ఈ అంశాలు రచనల యొక్క ఏదైనా లక్షణాలను కలిగి ఉండవచ్చు, వీటిలో లోక నిర్మాణం, పాత్రలు, థీమ్‌లు, శైలి మరియు ధ్వని వంటివి ఉన్నాయి.

లోక నిర్మాణం

లోక నిర్మాణం అనేది రచనలోని ప్రపంచం యొక్క వివరణ. ఇది రచన యొక్క సమయం, స్థలం మరియు సంస్కృతిని కలిగి ఉండవచ్చు. లోక నిర్మాణం రెండు రచనల మధ్య ఒక ముఖ్యమైన పోలిక యొక్క బిందువు కావచ్చు. ఉదాహరణకు, మీరు భవిష్యత్తులో జరిగే రెండు సైన్స్ ఫిక్షన్ నవలలను పోల్చవచ్చు. మీరు రెండు నవలలలోని భవిష్యత్తు ప్రపంచాల యొక్క సారూప్యతలు మరియు తేడాలను పరిశీలించవచ్చు.

పాత్రలు

పాత్రలు రచనలోని ప్రధాన వ్యక్తులు. వారు రచన యొక్క కథను నడిపిస్తారు మరియు పాఠకులతో కనెక్ట్ అవుతాయి. పాత్రలు రెండు రచనల మధ్య ఒక ముఖ్యమైన పోలిక యొక్క బిందువు కావచ్చు. ఉదాహరణకు, మీరు రెండు ఫాంటసీ నవలలను పోల్చవచ్చు. మీరు రెండు నవలలలోని పాత్రల యొక్క సారూప్యతలు మరియు తేడాలను పరిశీలించవచ్చు.

థీమ్‌లు

థీమ్‌లు రచనలలోని ప్రధాన ఆలోచనలు లేదా సందేశాలు. అవి రచన యొక్క కథను ధ్రువీకరించడానికి మరియు పాఠకులకు ఆలోచించడానికి ఆహ్వానించడానికి ఉపయోగించబడతాయి. థీమ్‌లు రెండు రచనల మధ్య ఒక ముఖ్యమైన పోలిక యొక్క బిందువు కావచ్చు. ఉదాహరణకు, మీరు రెండు సామాజిక విమర్శ నవలలను పోల్చవచ్చు. మీరు రెండు నవలలలోని థీమ్‌ల యొక్క సారూప్యతలు మరియు తేడాలను పరిశీలించవచ్చు.

పరిశోధన పద్ధతి: తులనాత్మక విశ్లేషణకు మీ విధానాన్ని వివరించడం

తెలుగు అనువాదం:

పరిశోధనా పద్ధతి: రెండు లేదా అంతకంటే ఎక్కువ అంశాలను పోల్చి విశ్లేషించడానికి మీ విధానాన్ని వివరించండి

శీర్షిక యొక్క అర్థం:

ఈ శీర్షిక పరిశోధనా పద్ధతులలోని ఒక రకమైన తులనాత్మక విశ్లేషణ గురించి చర్చిస్తుంది. తులనాత్మక విశ్లేషణ అనేది రెండు లేదా అంతకంటే ఎక్కువ అంశాలను పోల్చి వాటి మధ్య భేదాలు మరియు సారూప్యతలను గుర్తించే ప్రక్రియ. ఈ శీర్షిక పరిశోధకుడు తులనాత్మక విశ్లేషణను ఎలా ఉపయోగిస్తాడో మరియు వారి పరిశోధనలో దీనిని ఎలా అమలు చేస్తారో వివరించాలని కోరుతుంది.

తెలుగు అనువాదం యొక్క అర్థం:

ఈ అనువాదం శీర్షిక యొక్క అసలు అర్థాన్ని సరిగ్గా అనుసరిస్తుంది. ఇది "పరిశోధనా పద్ధతి" అనే పదాన్ని "పరిశోధనా పద్ధతులు"గా మార్చుతుంది, ఇది మరింత సరైనది. ఇది "తులనాత్మక విశ్లేషణ" అనే పదాన్ని "రెండు లేదా అంతకంటే ఎక్కువ అంశాలను పోల్చి విశ్లేషించడం"గా మార్చుతుంది, ఇది శీర్షిక యొక్క అర్థాన్ని మరింత స్పష్టంగా తెలియజేస్తుంది.

Chapter 2: Constructing Worlds

అధ్యాయం 2: లోకాల నిర్మాణం

బిల్డింగ్ బ్లాక్స్: ప్రతి శైలిలో లోక నిర్మాణం యొక్క పునాదులను పరిశీలించడం

అర్థం:

ఈ శీర్షిక లోక నిర్మాణం యొక్క వివిధ శైలులలో ఉపయోగించే ప్రాథమిక నిర్మాణ అంశాలను చర్చిస్తుంది. ఇది భవనాల యొక్క స్థిరత్వం, ఆకృతి మరియు శైలిని నిర్ణయించే అంశాలను వివరిస్తుంది.

తెలుగు అనువాదం:

లోక నిర్మాణం యొక్క పునాదులు

లోక నిర్మాణం యొక్క పునాదులు అనేవి భవనాలు మరియు ఇతర నిర్మాణాలను నిర్మించడానికి ఉపయోగించే ప్రాథమిక నిర్మాణ అంశాలు. ఈ అంశాలు భవనాల యొక్క స్థిరత్వం, ఆకృతి మరియు శైలిని నిర్ణయిస్తాయి.

లోక నిర్మాణం యొక్క పునాదులలో కొన్ని:

- స్థిరత్వం: భవనం స్థిరంగా ఉండేలా చేయడానికి అవసరమైన నిర్మాణ అంశాలు. ఇందులో స్తంభాలు, బంతిలు మరియు పీఠాలు ఉన్నాయి.

- ఆకృతి: భవనం యొక్క ఆకృతిని నిర్ణయించడానికి అవసరమైన నిర్మాణ అంశాలు. ఇందులో గోడలు, పైకప్పులు మరియు డోర్‌లు ఉన్నాయి.

- శైలి: భవనం యొక్క శైలిని నిర్ణయించడానికి అవసరమైన నిర్మాణ అంశాలు. ఇందులో ద్వారాలు, కిటికీలు, మరియు ఫ్రైజ్‌లు ఉన్నాయి.

లోక నిర్మాణం యొక్క వివిధ శైలులలో ఈ పునాదులు వివిధ రకాలుగా ఉపయోగించబడతాయి. ఉదాహరణకు, చారిత్రక శైలిలోని భవనాలు సాధారణంగా స్తంభాలు మరియు బంతిలను ఉపయోగించి నిర్మించబడతాయి, అయితే ఆధునిక శైలిలోని భవనాలు సాధారణంగా గోడలు మరియు పైకప్పులను ఉపయోగించి నిర్మించబడతాయి.

ఈ శీర్షిక లోక నిర్మాణం యొక్క వివిధ శైలులలో ఈ పునాదులను ఎలా ఉపయోగించబడుతుందో వివరిస్తుంది. ఇది లోక నిర్మాణం యొక్క ప్రాథమికాలను అర్థం చేసుకోవడానికి మరియు వివిధ శైలుల భవనాలను విశ్లేషించడానికి సహాయపడుతుంది.

శాస్త్రీయ నమ్మకం vs. మాంత్రిక వ్యవస్థలు: నమ్మదగిన లోకాలను సృష్టించడానికి విరుద్ధమైన విధానాలు

తెలుగు అనువాదం:

శాస్త్రీయ నమ్మకం మరియు మాంత్రిక వ్యవస్థలు: నమ్మదగిన లోకాలను సృష్టించడానికి విభిన్న విధానాలు

అర్థం:

ఈ శీర్షిక శాస్త్రీయ నమ్మకం మరియు మాంత్రిక వ్యవస్థల మధ్య తేడాలను చర్చిస్తుంది, మరియు అవి నమ్మదగిన లోకాలను సృష్టించడానికి ఎలా విభిన్న విధానాలను ఉపయోగిస్తాయో.

శాస్త్రీయ నమ్మకం అనేది ప్రపంచాన్ని వివరించడానికి మరియు అంచనా వేయడానికి శాస్త్రాన్ని ఉపయోగించే విధానం. ఇది మౌఖిక సంప్రదాయం, మతం లేదా ఇతర రకాల నమ్మకాలపై ఆధారపడదు.

మాంత్రిక వ్యవస్థాలు అనేవి ప్రపంచాన్ని వివరించడానికి మరియు అంచనా వేయడానికి మంత్రం మరియు ఇతర అద్భుత శక్తులను ఉపయోగించే విధానాలు. ఇవి సాధారణంగా శాస్త్రీయ నమ్మకాలతో విభేదిస్తాయి.

ఈ శీర్షిక రెండు విధానాల మధ్య కొన్ని ప్రధాన తేడాలను పరిశీలిస్తుంది:

- భౌతిక విశ్వం యొక్క ప్రకృతి: శాస్త్రీయ నమ్మకం ప్రపంచం స్థిరమైన మరియు ఊహించదగిన చట్టాల ద్వారా

నియంత్రించబడుతుందని నమ్ముతుంది. మాంత్రిక వ్యవస్థలు, మరోవైపు, ప్రపంచం మరింత అస్థిరమైనది మరియు మంత్రం వంటి అద్భుత శక్తులచే ప్రభావితమవుతుందని నమ్ముతాయి.

- విజ్ఞానం యొక్క మూలం: శాస్త్రీయ నమ్మకం విజ్ఞానంను అనుభవం మరియు పరీక్షల ద్వారా పొందబడిన జ్ఞానంగా చూస్తుంది. మాంత్రిక వ్యవస్థలు, మరోవైపు, విజ్ఞానంను దైవిక ఆవిష్కారం లేదా గురువు నుండి పొందిన జ్ఞానంగా చూస్తాయి.

- విజ్ఞానం యొక్క ఉద్దేశ్యం: శాస్త్రీయ నమ్మకం విజ్ఞానాన్ని ప్రపంచం గురించి అర్థం చేసుకోవడానికి మరియు దానిని నియంత్రించడానికి ఉపయోగించాలని నమ్ముతుంది. మాంత్రిక వ్యవస్థలు, మరోవైపు, విజ్ఞానాన్ని మానవులకు మేలు చేయడానికి మరియు వారి జీవితాలను మెరుగుపరచడానికి ఉపయోగించాలని నమ్ముతాయి.

ఈ శీర్షిక రెండు విధానాలు నమ్మదగిన లోకాలను సృష్టించడానికి ఎలా విభిన్న విధానాలను ఉపయోగిస్తాయో చర్చిస్తుంది. ఇది రచయిత ఏ విధానాన్ని ఎంచుకోవాలో నిర్ణయించడంలో సహాయపడుతుంది.

పర్యావరణం మాట్లాడుతుంది: లోకాలు ఎలా థీమ్లను ప్రతిబింబిస్తాయి మరియు కథనాలను ఆకృతి చేస్తాయో అన్వేషించడం

తెలుగు అనువాదం:

పర్యావరణం మాట్లాడుతుంది: లోకాలు ఎలా థీమ్లను ప్రతిబింబిస్తాయి మరియు కథనాలను నిర్ణయిస్తాయో అన్వేషించడం

అర్థం:

ఈ శీర్షిక లోకాలు మరియు వాటిలోని పర్యావరణాలు కథలలో ఎలా ముఖ్యమైన పాత్ర పోషిస్తాయో చర్చిస్తుంది. ఇది లోకాలు ఎలా థీమ్లను ప్రతిబింబిస్తాయో మరియు కథనాలను ఎలా ఆకృతి చేస్తాయో అన్వేషిస్తుంది.

ఉదాహరణకు, ఒక లోకం యొక్క భౌగోళికం మరియు వాతావరణం పాత్రల జీవితాలను ఎలా ప్రభావితం చేస్తాయో చర్చించవచ్చు. ఉదాహరణకు, ఒక శీతలమైన, పర్వత ప్రాంతంలోని పాత్రలు ఒక వేడి, సముద్రతీర ప్రాంతంలోని పాత్రల నుండి చాలా భిన్నంగా జీవించవచ్చు.

పర్యావరణం కూడా కథనంలోని థీమ్లను ప్రతిబింబించవచ్చు. ఉదాహరణకు, ఒక లోకం యొక్క నాశనం ఒక కథలో నాశనం లేదా పరిరక్షణ యొక్క థీమ్ను ప్రతిబింబించవచ్చు.

ఈ శీర్షిక లోకాలు మరియు వాటి పర్యావరణాలు కథలలో ఎలా ముఖ్యమైన పాత్ర పోషిస్తాయో అర్థం చేసుకోవడంలో

సహాయపడుతుంది. ఇది రచయితలు తమ కథలలో పర్యావరణాన్ని ఎలా ఉపయోగించవచ్చో ఆలోచించడంలో సహాయపడుతుంది.

ఇక్కడ కొన్ని ప్రత్యామ్నాయ అనువాదాలు ఉన్నాయి:

- పర్యావరణం మాట్లాడుతుంది: లోకాలు ఎలా థీమ్‌లను ప్రతిబింబిస్తాయి మరియు కథనాలను ఆకృతి చేస్తాయో అన్వేషించడం
- పర్యావరణం మాట్లాడుతుంది: లోకాలు కథలను ఎలా చెబుతాయి
- పర్యావరణం మాట్లాడుతుంది: లోకాలు కథలకు ఏమి చెబుతాయి

ఈ అనువాదాలు అన్నీ శీర్షిక యొక్క అర్థాన్ని సరిగ్గా తెలియజేస్తాయి. మీరు ఏ అనువాదం మీకు బాగా నచ్చిందో ఎంచుకోవచ్చు.

లోకాల పరిణామం: లోకాలు ఎలా మారుతాయో మరియు పాత్రలను ఎలా ప్రభావితం చేస్తాయో విశ్లేషించడం

లోకాల పరిణామం: లోకాల యొక్క మార్పు మరియు దాని పాత్రలపై ప్రభావం

ఈ మూడు పదబంధాలు ఒకే అర్థాన్ని తెలియజేస్తాయి. మొదటిది సాధారణంగా ఉపయోగించే పదబంధం, మరియు రెండవది మరియు మూడవది కొంచెం మరింత క్షుణ్ణమైనవి.

మీరు ఏ పదబంధాన్ని ఉపయోగించాలనుకుంటున్నారో నాకు తెలియదు, కానీ మీరు మీ అవసరాలకు సరిపోయేదాన్ని ఎంచుకోవచ్చు.

లోకాల పరిణామం

లోకాలు ఎలా మారుతాయి?

పాత్రలపై ఏమి ప్రభావం?

విశ్లేషణ

లోకాల పరిణామం అనేది ఒక భారీ టైటిల్. ఇది లోకాల మార్పుల గురించి ఒక సమగ్ర అధ్యయనాన్ని సూచిస్తుంది. లోకాలు ఎలా మారుతాయి? ఈ మార్పులు పాత్రలను ఎలా ప్రభావితం చేస్తాయి? ఈ ప్రశ్నలకు సమాధానం ఇవ్వడానికి, ఈ టైటిల్ లోకాల మార్పులను వివిధ అంశాలలో విశ్లేషించాలని సూచిస్తుంది.

లోకాల మార్పులను విశ్లేషించడానికి ఉపయోగించగల కొన్ని అంశాలు ఇక్కడ ఉన్నాయి:

భౌతిక అంశాలు: లోకాల భౌతిక లక్షణాలు ఎలా మారుతాయి? ఉదాహరణకు, వాతావరణం, భూభాగం, జీవవైవిధ్యం మొదలైనవి.

సాంస్కృతిక అంశాలు: లోకాల సాంస్కృతిక లక్షణాలు ఎలా మారుతాయి? ఉదాహరణకు, మతం, భాష, సంప్రదాయాలు మొదలైనవి.

రాజకీయ అంశాలు: లోకాల రాజకీయ లక్షణాలు ఎలా మారుతాయి? ఉదాహరణకు, ప్రభుత్వం, రాజకీయ వ్యవస్థ, చట్టాలు మొదలైనవి.

సామాజిక అంశాలు: లోకాల సామాజిక లక్షణాలు ఎలా మారుతాయి? ఉదాహరణకు, ఆర్థిక వ్యవస్థ, సమాజం, సంబంధాలు మొదలైనవి.

ఈ అంశాలను పరిగణనలోకి తీసుకొని, లోకాల పరిణామాన్ని ఒక సమగ్రమైన మరియు సమగ్రమైన విధంగా అర్థం చేసుకోవడానికి ఇది సహాయపడుతుంది.

పాత్రలపై లోకాల మార్పుల ప్రభావాన్ని అధ్యయనం చేయడానికి కూడా ఈ టైటిల్ సహాయపడుతుంది. లోకాల మార్పులు పాత్రల జీవితాలను ఎలా ప్రభావితం చేస్తాయి? అవి వారి ఆలోచనలు, భావాలు, చర్యలను ఎలా మారుస్తాయి? ఈ ప్రశ్నలకు సమాధానం ఇవ్వడానికి, ఈ టైటిల్ లోకాల మరియు పాత్రల మధ్య సంబంధాన్ని అన్వేషించాలని సూచిస్తుంది.

లోకాల పరిణామం అనేది ఒక శక్తివంతమైన శక్తి. ఇది పాత్రల జీవితాలను నాటకీయంగా మార్చగలదు. ఈ టైటిల్ లోకాల పరిణామం మరియు దాని పాత్రలపై ప్రభావం గురించి ఒక సమగ్రమైన మరియు సమగ్రమైన అవగాహనను అందించడానికి సహాయపడుతుంది.

లోకాల పరిణామం

విశ్లేషణ:

- లోకాలు ఎలా మారుతాయి?
- లోకాల మార్పులు పాత్రలను ఎలా ప్రభావితం చేస్తాయి?

ఉదాహరణలు:

- ఒక లోకంలో యుద్ధం జరుగుతుంటే, అది ఆ లోకంలోని ప్రజల జీవితాలను తీవ్రంగా ప్రభావితం చేస్తుంది.
- ఒక లోకంలో సాంకేతికత అభివృద్ధి చెందుతుంటే, అది ఆ లోకంలోని ప్రజల జీవితాలను మారుస్తుంది.

ముగింపు:

కేసు అధ్యయనాలు: రెండు శైలీల నుండి నిర్దిష్ట లోక నిర్మాణ ఉదాహరణలను పోల్చడం

తెలుగు అనువాదం:

కేసు అధ్యయనాలు: రెండు శైలిల నుండి నిర్దిష్ట లోక నిర్మాణ ఉదాహరణలను పోల్చడం

పరిచయం

లోక నిర్మాణం అనేది ఒక క్లిష్టమైన శాస్త్రీయ సమస్య. లోకాలు ఎలా మారుతాయి మరియు ఆ మార్పులు పాత్రలను ఎలా ప్రభావితం చేస్తాయో అర్థం చేసుకోవడం ద్వారా, మనం ప్రపంచాన్ని మరింత బాగా అర్థం చేసుకోవచ్చు.

ఈ కేసు అధ్యయనాలు రెండు విభిన్న శైలిల నుండి నిర్దిష్ట లోక నిర్మాణ ఉదాహరణలను పోల్చి చూస్తాయి. మొదటి శైలిని "క్లాసిక్" శైలి అని పిలుస్తారు, ఇది లోకాలను నిర్వచించడానికి మరియు వివరించడానికి ఖచ్చితమైన మరియు నిర్దిష్ట భాషను ఉపయోగిస్తుంది. రెండవ శైలిని "సూచనా" శైలి అని పిలుస్తారు, ఇది లోకాలను సూచించడానికి మరియు వివరించడానికి ముక్కుసూటిగా ఉండని మరియు అన్వర్తించదగిన భాషను ఉపయోగిస్తుంది.

కేసు అధ్యయనం 1: క్లాసిక్ శైలి

మొదటి కేసు అధ్యయనం ఒక పుస్తకం నుండి ఉదాహరణను ఉపయోగిస్తుంది, ఇది ఒక ఊహాత్మక లోకం యొక్క ఖచ్చితమైన మరియు నిర్దిష్ట వివరాన్ని అందిస్తుంది. ఈ

లోకం ఒక చిన్న, రిమోట్ ఐలాండ్ దేశం, ఇది దాని స్వంత సంస్కృతి మరియు చరిత్రను కలిగి ఉంది.

లోకం యొక్క వివరణ:

- దేశం యొక్క పేరు "ఆల్వా"
- దేశం ఒక చిన్న, రిమోట్ ఐలాండ్‌లో ఉంది
- దేశంలో సుమారు 10,000 మంది ప్రజలు ఉన్నారు
- దేశం యొక్క అధికారిక భాష ఆంగ్లం
- దేశం యొక్క ప్రధాన మతం క్రైస్తవం

లోకం యొక్క ప్రభావం పాత్రలపై:

- లోకం యొక్క చిన్న పరిమాణం దేశస్తులను ఒకరినొకరు బాగా తెలుసుకోవడానికి అనుమతిస్తుంది
- దేశం యొక్క రిమోట్ స్థానం దేశస్తులను బయటి ప్రపంచం నుండి ప్రత్యేకమైనదిగా అనుభవించేలా చేస్తుంది
- దేశం యొక్క స్వంత సంస్కృతి మరియు చరిత్ర దేశస్తులకు ఒక బలమైన భావ సమూహ భావాన్ని ఇస్తుంది

Chapter 3: Forging Characters

అధ్యాయం 3: పాత్రల రూపకల్పన

మానవత్వం దాటి: ప్రతి శైలిలోని విభిన్న పాత్ర రకాలను పరిశీలించడం

తెలుగు అనువాదం:

మానవత్వం దాటి: విభిన్న శైలులలోని పాత్ర రకాలు

పరిచయం

ఊహాత్మక లోకాలలోని పాత్రలు సాధారణంగా మానవులుగా చిత్రీకరించబడతాయి. అయితే, కొన్ని సందర్భాల్లో, పాత్రలు మానవత్వం యొక్క సాంప్రదాయ భావనలను అధిగమిస్తాయి. ఈ పాత్రలు సాధారణంగా విభిన్న శైలులలో కనిపిస్తాయి, వీటిలో శాస్త్రీయ ఫిక్షన్, ఫాంటసీ మరియు హాస్యం ఉన్నాయి.

ఈ వ్యాసం విభిన్న శైలులలోని పాత్ర రకాలను పరిశీలిస్తుంది. ఈ పాత్రలను వాటి స్వభావం, లక్షణాలు మరియు వాటి లోకాలపై ప్రభావం ఆధారంగా వర్గీకరించడం ద్వారా, మనం ఊహాత్మక లోకాలలోని పాత్రల యొక్క వైవిధ్యం మరియు సామర్థ్యాలను అర్థం చేసుకోవడానికి ప్రయత్నించవచ్చు.

శాస్త్రీయ ఫిక్షన్లోని పాత్ర రకాలు

శాస్త్రీయ ఫిక్షన్లో, పాత్రలు తరచుగా మానవత్వం యొక్క సాంప్రదాయ భావనలను అధిగమిస్తాయి. ఇది భవిష్యత్తులోని

సాంకేతికత యొక్క ప్రభావం వల్ల లేదా మరొక గ్రహం లేదా విశ్వం నుండి వచ్చిన పాత్రల కారణంగా ఉండవచ్చు.

మానవత్వంను అధిగమించే శాస్త్రీయ ఫిక్షన్ పాత్రల యొక్క కొన్ని ఉదాహరణలు:

- రోబోట్‌లు: రోబోట్‌లు సాధారణంగా మానవుల వలె ఉండేలా రూపొందించబడతాయి, కానీ అవి తరచుగా మానవుల కంటే ఎక్కువ బలం, వేగం లేదా జ్ఞానాన్ని కలిగి ఉంటాయి. ఉదాహరణకు, స్టీల్‌వీల్ స్టీమ్‌పాంక్ లోకంలోని రోబోట్, ఇది మానవుల కంటే ఎక్కువ బలం మరియు వేగాన్ని కలిగి ఉంది.
- అతీంద్రియ శక్తులను కలిగిన వ్యక్తులు: ఈ పాత్రలు సాధారణంగా మానవుల కంటే ఎక్కువ శక్తి, వేగం లేదా ప్రతిఘటనను కలిగి ఉంటాయి. ఉదాహరణకు, సూపర్‌మ్యాన్ ఒక అతీంద్రియ శక్తిని కలిగిన వ్యక్తి, ఇది అతనిని ఒక శక్తివంతమైన సూపర్‌హీరోగా మారుస్తుంది.
- మరొక గ్రహం లేదా విశ్వం నుండి వచ్చిన వ్యక్తులు: ఈ పాత్రలు తరచుగా మానవుల కంటే భిన్నమైన భౌతిక లక్షణాలు లేదా సంస్కృతిని కలిగి ఉంటాయి.

సవాళ్లను అధిగమించడం: పాత్రలు ఎలా ప్రత్యేకమైన అడ్డంకులను ఎదుర్కొంటాయో అన్వేషించడం

తెలుగు అనువాదం:

సవాళ్లను అధిగమించడం: పాత్రలు ఎదుర్కొనే ప్రత్యేకమైన అడ్డంకులు

పరిచయం

కథలు సాధారణంగా పాత్రల గురించి ఉంటాయి, వారు సవాళ్లను ఎదుర్కొంటారు మరియు వాటిని అధిగమిస్తారు. ఈ సవాళ్లు భౌతిక, మానసిక లేదా భావోద్వేగంగా ఉండవచ్చు.

ఈ వ్యాసం పాత్రలు ఎదుర్కొనే ప్రత్యేకమైన అడ్డంకులను అన్వేషిస్తుంది. ఈ అడ్డంకులు పాత్రలను ఎలా ప్రభావితం చేస్తాయో మరియు అవి వారిని ఎలా మార్చాయో చూస్తుంది.

భౌతిక అడ్డంకులు

కొన్నిసార్లు, పాత్రలు భౌతిక అడ్డంకులను ఎదుర్కొంటాయి. ఈ అడ్డంకులు ఒక ప్రకృతి విపత్తు, ఒక యుద్ధం లేదా ఒక హానికరమైన జీవి కావచ్చు.

భౌతిక అడ్డంకులను ఎదుర్కొంటున్న పాత్రల యొక్క కొన్ని ఉదాహరణలు:

- "ది లాస్ట్ ఆఫ్ ది జంగిల్స్"లోని మార్క్ ట్వాయిన్: మార్క్ ట్వాయిన్ యొక్క ఈ పుస్తకంలో, హాకీల్ బెర్రి అనే చిన్న

పిల్లవాడు అడవిలో చిక్కుకుంటాడు. అతను అడవిలోని ప్రమాదాలను అధిగమించాలి, తన ఇంటికి తిరిగి వెళ్లడానికి.

- "ది హారీ పోటర్" సిరీస్లోని హారి పోటర్: ఈ సిరీస్‌లో, హారి పోటర్ అనే యువకుడు ఒక మాయా లోకంలో ఒక రాక్షసుడు నుండి తనను తాను రక్షించుకోవాలి.
- "ది హంగర్ గేమ్స్"లోని కేట్నస్ ఎవెర్డీన్: ఈ పుస్తకంలో, కేట్నస్ అనే యువతి ఒక హింసాత్మక టెలివిజన్ షోలో పాల్గొనవలసి వస్తుంది. ఆమె ప్రాణాలను కాపాడుకోవడానికి ఆమె చాలా కష్టపడాలి.

మానసిక అడ్డంకులు

కొన్నిసార్లు, పాత్రలు మానసిక అడ్డంకులను ఎదుర్కొంటాయి. ఈ అడ్డంకులు ఒక భయం, ఒక దుఃఖం లేదా ఒక బాధాకరమైన జ్ఞాపకం కావచ్చు.

మానసిక అడ్డంకులను ఎదుర్కొంటున్న పాత్రల యొక్క కొన్ని ఉదాహరణలు:

- "ది గ్రేట్ గేట్స్బర్గ్"లోని డైమండ్ జీ ఫిట్జ్గెరాల్డ్: ఈ నవలలో, డైమండ్ జీ అనే యువకుడు ఒక భారీ కుటుంబ సంపద యొక్క బరువును భరించలేకపోతాడు.

నీతి మరియు ఎంపిక: నైతిక దిలేమమలు మరియు పాత్ర ప్రేరణలను విశ్లేషించడం

పరిచయం

నీతి అనేది సరైన మరియు తప్పు యొక్క భావన. ఇది ఒక వ్యక్తి లేదా సమాజం యొక్క నమ్మకాలు మరియు విలువల ఆధారంగా ఉంటుంది. ఎంపిక అనేది ఒక వ్యక్తి లేదా సమూహం ఒక నిర్దిష్ట చర్యను చేయాలని లేదా చేయకూడదని నిర్ణయించుకునే ప్రక్రియ.

నీతి మరియు ఎంపికలు కలిసి పని చేస్తాయి. ఒక వ్యక్తి తన నైతిక నమ్మకాల ఆధారంగా ఎంపికలు చేస్తుంది.

నైతిక దిలేమమలు

ఒక నైతిక దిలేమం అనేది రెండు లేదా అంతకంటే ఎక్కువ ఎంపికలు ఉన్న పరిస్థితి, వీటిలో ప్రతి ఒక్కటి తన స్వంత నైతిక సమస్యలను కలిగి ఉంటుంది.

నైతిక దిలేమమలకు కొన్ని ఉదాహరణలు:

- ఒక వ్యక్తి ఒక అమాయక మనిషిని రక్షించడానికి ఒక హంతకుడిని చంపాలియా?
- ఒక వ్యక్తి ఒక చట్టాన్ని ఉల్లంఘించి, దాని వల్ల ఎవరికీ హాని కలుగుతుందా?
- ఒక వ్యక్తి తన కుటుంబాన్ని ఆహారం ఇవ్వడానికి దొంగిలించాలియా?

పాత్ర ప్రేరణలు

పాత్ర ప్రేరణలు అనేవి పాత్రలు నిర్ణయాలు తీసుకోవడానికి లేదా చర్యలు తీసుకోవడానికి ప్రేరేపించే శక్తులు.

పాత్ర ప్రేరణలకు కొన్ని ఉదాహరణలు:

- ప్రేమ: ఒక వ్యక్తి తన ప్రియమైన వ్యక్తిని రక్షించడానికి ప్రేరేపించబడవచ్చు.
- దయ: ఒక వ్యక్తి ఎవరికైనా సహాయం చేయడానికి ప్రేరేపించబడవచ్చు.
- అహంకారం: ఒక వ్యక్తి తనను తాను మెరుగ్గా చూపించడానికి ప్రేరేపించబడవచ్చు.

నీతి మరియు ఎంపికల పై పాత్ర ప్రేరణల ప్రభావం

పాత్ర ప్రేరణలు పాత్రలు తీసుకునే నిర్ణయాలను ప్రభావితం చేస్తాయి. ఉదాహరణకు, ప్రేమతో ప్రేరేపించబడిన పాత్ర ఒక నైతికంగా కష్టమైన పరిస్థితిలో సరైన పని చేయడానికి ఎక్కువగా ఉంటుంది. అహంకారంతో ప్రేరేపించబడిన పాత్ర తప్పు పని చేయడానికి ఎక్కువగా ఉంటుంది.

నీతి మరియు ఎంపికలపై నైతిక దిలేమమల ప్రభావం

నైతిక దిలేమమలు పాత్రలు తీసుకునే నిర్ణయాలను కూడా ప్రభావితం చేస్తాయి. ఉదాహరణకు, ఒక పాత్ర ఒక నైతిక దిలేమంలో ఉంటే, అది సరైన పని చేయడానికి కష్టం కావచ్చు.

వృద్ధి మరియు పరివర్తన: శైలుల అంతటా పాత్ర అభివృద్ధి చాప్‌లను పోల్చడం

పరిచయం

పాత్ర అభివృద్ధి అనేది ఒక కథలోని పాత్రలు ఎలా మారుతాయి మరియు పెరుగుతాయి అనేది. ఇది కథనం యొక్క ముఖ్యమైన భాగం, ఎందుకంటే ఇది పాత్రలతో పాఠకులను కనెక్ట్ చేయడానికి మరియు కథను మరింత ఆసక్తికరంగా చేయడానికి సహాయపడుతుంది.

పాత్ర అభివృద్ధి అనేక విభిన్న మార్గాల్లో జరుగుతుంది. కొన్నిసార్లు, పాత్రలు కేవలం సమయంతో మరియు అనుభవంతో పెరుగుతాయి. ఇతర సందర్భాల్లో, పాత్రలు ఒక ప్రత్యేకమైన సంఘటన లేదా సవాల్ ద్వారా మార్చబడతాయి.

ఈ వ్యాసం వివిధ శైలుల నుండి పాత్ర అభివృద్ధి చాప్‌లను పోల్చుతుంది. ఈ పోల్చడం ద్వారా, మనం పాత్ర అభివృద్ధి యొక్క వివిధ రూపాలను మరియు అవి పాఠకులపై ఎలా ప్రభావం చూపుతాయో అర్థం చేసుకోవచ్చు.

శైలులు మరియు పాత్ర అభివృద్ధి

వివిధ శైలులు పాత్ర అభివృద్ధిని విభిన్న మార్గాల్లో చూపుతాయి. ఉదాహరణకు, పాత్రల అభివృద్ధిపై దృష్టి పెట్టే శైలులు, పాత్రల యొక్క వ్యక్తిత్వం, లక్ష్యాలు మరియు విలువలలో మార్పులను చూపించడానికి మరింత సమయం కేటాయిస్తాయి. ఇతర శైలులు, పాత్రల అభివృద్ధిని కథనంలోని ఇతర అంశాలతో మరింత కలపవచ్చు.

కొన్ని శైలులలో పాత్ర అభివృద్ధి యొక్క కొన్ని ఉదాహరణలు:

- కాలక్రమేణా పాత్రల అభివృద్ధి: ఈ శైలిలో, పాత్రలు సమయంతో మరియు అనుభవంతో పెరుగుతాయి. ఉదాహరణకు, ఒక యువ పాత్ర ఒక పెద్దవాడిగా ఎదుగుతూ, ఆమె లక్ష్యాలు మరియు విలువలను మార్చుకుంటుంది.

- ఒక ప్రత్యేకమైన సంఘటన ద్వారా పాత్రల మార్పు: ఈ శైలిలో, పాత్రలు ఒక ప్రత్యేకమైన సంఘటన లేదా సవాల్ ద్వారా మార్చబడతాయి. ఉదాహరణకు, ఒక పాత్ర ఒక ప్రేమికుడిని కోల్పోవడం వల్ల, ఆమె జీవితాన్ని మార్చుకుంటుంది.

- పాత్రల మధ్య సంభాషణ ద్వారా పాత్రల అభివృద్ధి: ఈ శైలిలో, పాత్రలు ఒకరినొకరు తెలుసుకోవడం మరియు పెరగడం ద్వారా మార్చబడతాయి.

గుర్తించదగిన హీరోలు మరియు విలన్లు: చిరస్మరణీయ పాత్రలు మరియు వాటి ప్రభావాన్ని విశ్లేషించడం

పరిచయం

సినిమాలు మన జీవితంలో ఒక ముఖ్యమైన భాగం. అవి మనకు వినోదం, విద్య, మరియు ప్రేరణను అందిస్తాయి. సినిమాల్లోని పాత్రలు మనపై గొప్ప ప్రభావాన్ని చూపుతాయి. గుర్తించదగిన హీరోలు మరియు విలన్లు మనకు స్ఫూర్తిని ఇస్తారు, మనల్ని మార్చగలరు.

ఈ వ్యాసం గుర్తించదగిన హీరోలు మరియు విలన్ల గురించి చర్చిస్తుంది. ఈ పాత్రలు ఎలా చిరస్మరణీయమవుతాయి? అవి మనపై ఎలాంటి ప్రభావాన్ని చూపుతాయి?

గుర్తించదగిన హీరోలు మరియు విలన్ల లక్షణాలు

గుర్తించదగిన హీరోలు మరియు విలన్లు కొన్ని నిర్దిష్ట లక్షణాలను కలిగి ఉంటారు. ఈ లక్షణాలు వారిని చిరస్మరణీయంగా మరియు ప్రభావవంతంగా చేస్తాయి.

హీరోల లక్షణాలు

- వారు మంచివాళ్ళు. హీరోలు సాధారణంగా మంచితనం, ధైర్యం, మరియు న్యాయం వంటి లక్షణాలను కలిగి ఉంటారు. వారు సమాజానికి సహాయం చేయడానికి ప్రయత్నిస్తారు.
- వారు పురుషులు లేదా మహిళలు కావచ్చు. హీరోలు ఏదైనా లింగం లేదా జాతి వారైనా కావచ్చు. వారు ఏదైనా వయస్సు లేదా నేపథ్యం వారైనా కావచ్చు.

- వారు మనకు స్ఫూర్తిని ఇస్తారు. హీరోలు మనకు మంచివాళ్ళుగా ఉండాలని, మన స్వప్నాలను సాధించాలని స్ఫూర్తిని ఇస్తారు.

విలన్‌ల లక్షణాలు

- వారు చెడువాళ్ళు. విలన్‌లు సాధారణంగా క్రూరత్వం, అహంకారం, మరియు అన్యాయం వంటి లక్షణాలను కలిగి ఉంటారు. వారు సమాజానికి హాని చేయడానికి ప్రయత్నిస్తారు.
- వారు పురుషులు లేదా మహిళలు కావచ్చు. విలన్‌లు ఏదైనా లింగం లేదా జాతి వారైనా కావచ్చు. వారు ఏదైనా వయస్సు లేదా నేపథ్యం వారైనా కావచ్చు.
- వారు మనను మార్చగలరు. విలన్‌లు మనకు చెడు గుణాల గురించి తెలియజేస్తారు. వారు మనల్ని మంచివాళ్ళుగా మారడానికి ప్రేరేపిస్తారు.

గుర్తించదగిన పాత్రల ప్రభావం

గుర్తించదగిన పాత్రలు మనపై గొప్ప ప్రభావాన్ని చూపుతాయి. అవి మనకు స్ఫూర్తిని ఇస్తాయి, మనల్ని మార్చగలవు.

Chapter 4: Exploring Themes

అధ్యాయం 4: థీమ్‌లను అన్వేషించడం

విశ్వంలో మానవత్వం స్థానం: SFలో ఉనికి ప్రశ్నలు మరియు శాస్త్రీయ పురోగతిని పరిశీలించడం

పరిచయం

విశ్వంలో మానవత్వం స్థానం అనేది శతాబ్దాలుగా తత్వవేత్తలు, శాస్త్రవేత్తలు మరియు కళాకారులను శోధిస్తున్న ఒక ప్రశ్న. సైన్స్ ఫిక్షన్ (SF) ఈ ప్రశ్నకు సమాధానం ఇవ్వడానికి ప్రయత్నించిన అనేక కథలను అందించింది. SF రచయితలు తరచుగా విశ్వంలో మానవత్వం యొక్క స్థానాన్ని అన్వేషించడానికి ఉనికి ప్రశ్నలు మరియు శాస్త్రీయ పురోగతిని ఉపయోగిస్తారు.

ఉనికి ప్రశ్నలు

SF రచయితలు తరచుగా ఉనికి ప్రశ్నలను ఉపయోగించి విశ్వంలో మానవత్వం యొక్క స్థానాన్ని అన్వేషిస్తారు. ఈ ప్రశ్నలు మానవ జీవితం యొక్క అర్థం, మనం ఎక్కడ నుండి వచ్చాము మరియు మనం ఎక్కడకు వెళ్తున్నాము అనే దాని గురించి ఆలోచించడానికి ప్రేరేపిస్తాయి.

ఉదాహరణకు, ఆర్థర్ సి. క్లార్క్ యొక్క "2001: A Space Odyssey" అనే నవలలో, మానవులు మానవత్వం యొక్క స్థానం గురించి ఆలోచించడానికి ప్రేరేపించడానికి ఒక పెద్ద నల్లరాయిని ఉపయోగిస్తారు. ఈ నల్లరాయి ఏమిటో, అది ఎక్కడ నుండి

వచ్చిందో ఎవరికీ తెలియదు, కానీ ఇది మానవుల మనస్సును మించిన శక్తిని కలిగి ఉంది. ఈ నల్లరాయి మానవులు తమ స్థానం గురించి ఆలోచించడానికి మరియు విశ్వం గురించి మరింత తెలుసుకోవడానికి ప్రేరేపిస్తుంది.

శాస్త్రీయ పురోగతి

SF రచయితలు తరచుగా శాస్త్రీయ పురోగతిని ఉపయోగించి విశ్వంలో మానవత్వం యొక్క స్థానాన్ని అన్వేషిస్తారు. ఈ పురోగతి మానవులు విశ్వం గురించి ఎంత తెలుసుకుంటున్నారో మరియు మానవులు విశ్వంలో ఉన్న ఏకే ఒక్క జాతి కాదని సూచిస్తుంది.

ఉదాహరణకు, ఐజాక్ అసిమోవ్ యొక్క "Foundation" అనే నవలల శ్రేణిలో, మానవులు గెలాక్సీని పాలించే ఒక శక్తివంతమైన సామ్రాజ్యాన్ని స్థాపించారు. అయితే, ఈ సామ్రాజ్యం క్షీణించిపోతోంది మరియు మానవులు దానిని ఎలా కాపాడుకోవాలో తెలియదు. ఈ నవలలు మానవులు తమ స్థానం గురించి ఆలోచించడానికి మరియు విశ్వం గురించి మరింత తెలుసుకోవడానికి ప్రేరేపిస్తాయి.

నీతి మరియు మాయ: ఫాంటసీలో అధికారం యొక్క పరిణామాలు మరియు మంచితనం, చెడుగుల స్వభావాన్ని అన్వేషించడం

పరిచయం

ఫాంటసీ అనేది ఒక రకమైన సాహస కథల సాహిత్యం, ఇది కల్పిత ప్రపంచాలలో జరుగుతుంది. ఫాంటసీ కథలు తరచుగా నీతి మరియు మాయ యొక్క స్వభావాన్ని అన్వేషిస్తాయి.

అధికారం యొక్క పరిణామాలు

ఫాంటసీ కథలు తరచుగా అధికారం యొక్క పరిణామాలను అన్వేషిస్తాయి. ఈ కథలు అధికారం ఎలా మంచి లేదా చెడు కోసం ఉపయోగించబడుతుందో చూపుతాయి.

ఉదాహరణకు, జ.ఆర్.ఆర్. టోల్కీన్ యొక్క "ది లార్డ్ ఆఫ్ ది రింగ్స్" అనే నవలలో, సార్మన్ అనే ఒక చెడు యక్షుడు ఒక శక్తివంతమైన ఉంగరాన్ని దొంగిలించి, దానిని ప్రపంచాన్ని ఆక్రమించడానికి ఉపయోగించాలనుకుంటాడు. ఈ కథ అధికారం ఎలా చెడు కోసం ఉపయోగించబడుతుందో చూపుతుంది.

మరోవైపు, క్రిస్టోఫర్ పోల్మన్ యొక్క "ది లార్డ్ ఆఫ్ ది ఫ్లైయింగ్ డ్రాగన్స్" అనే నవలలో, ఒక యువరాణి ఒక శక్తివంతమైన డ్రాగన్‌ను తన రాజ్యాన్ని రక్షించడానికి ఉపయోగిస్తుంది. ఈ కథ అధికారం ఎలా మంచి కోసం ఉపయోగించబడుతుందో చూపుతుంది.

మంచితనం మరియు చెడుగుల స్వభావం

ఫాంటసీ కథలు తరచుగా మంచితనం మరియు చెడుగుల స్వభావాన్ని అన్వేషిస్తాయి. ఈ కథలు మంచితనం ఎలా నిర్వచించబడుతుందో మరియు చెడు ఎలా ఉద్భవిస్తుందో చూపుతాయి.

ఉదాహరణకు, జి.ఆర్.ఆర్. టోల్కీన్ యొక్క "ది హొబిట్" అనే నవలలో, బిల్బో బాగ్గిన్ అనే ఒక హొబిట్ అనుకోకుండా ఒక శక్తివంతమైన రింగ్‌ను కనుగొంటాడు. ఈ కథ మంచితనం లోపల నివసిస్తుందని మరియు అది ఎల్లప్పుడూ అంచున ఉంటుందని చూపుతుంది.

మరోవైపు, జ.ఆర్.ఆర్. టోల్కీన్ యొక్క "ది లార్డ్ ఆఫ్ ది రింగ్స్" అనే నవలలో, సార్మన్ అనే ఒక యక్షుడు ఒక శక్తివంతమైన ఉంగరాన్ని దొంగిలించి, దానిని ప్రపంచాన్ని ఆక్రమించడానికి ఉపయోగించాలనుకుంటాడు. ఈ కథ చెడు ఎలా మానవ మనస్సులో నాటుకుంటుందో చూపుతుంది.

సామాజిక వ్యాఖ్యానం: రెండు శైలీలు సామాజిక సమస్యలు మరియు చారిత్రక నేపథ్యాన్ని ఎలా ఎదుర్కొంటాయో విశ్లేషించడం

పరిచయం

సామాజిక వ్యాఖ్యానం అనేది సాహిత్యం, సినిమా, లేదా ఇతర కళా రూపాలలో సామాజిక సమస్యలను లేదా చారిత్రక నేపథ్యాన్ని విమర్శనాత్మకంగా పరిశీలించడం. సామాజిక వ్యాఖ్యానం తరచుగా రాజకీయాలు, సామాజిక న్యాయం, లేదా మానవ స్థితి వంటి అంశాలను అన్వేషిస్తుంది.

రెండు శైలిలు

సామాజిక వ్యాఖ్యానాన్ని రెండు ప్రధాన శైలులలో విభజించవచ్చు:

- మీటాఫార్ శైలి: ఈ శైలిలో, రచయితలు సామాజిక సమస్యలను లేదా చారిత్రక నేపథ్యాన్ని రూపకం లేదా మీటాఫార్‌ల ద్వారా చిత్రిస్తారు. ఉదాహరణకు, జార్జ్ ఆర్వెల్ యొక్క "1984" నవలలో, ఆర్వెల్ ఒక భవిష్యత్ డిస్టోపియన్‌ను చిత్రిస్తాడు, ఇక్కడ ప్రభుత్వం ప్రజలపై పూర్తి నియంత్రణను కలిగి ఉంది. ఈ నవల సోవియట్ యూనియన్‌లోని రాజకీయ పరిస్థితులకు మీటాఫార్‌గా పరిగణించబడుతుంది.
- డైరెక్ట్ శైలి: ఈ శైలిలో, రచయితలు సామాజిక సమస్యలను లేదా చారిత్రక నేపథ్యాన్ని నేరుగా చర్చిస్తారు. ఉదాహరణకు, హెన్రీ లార్డ్ హిచ్‌క్రోఫ్ట్ యొక్క "ది ఫార్మ్ ఆఫ్ ఏనిమల్స్" నవలలో, హిచ్‌క్రోఫ్ట్ ఒక కమ్యూనిస్ట్ యూటోపియా యొక్క కుప్పకూలిన కథను చెబుతాడు. ఈ

నవల కమ్యూనిజం యొక్క సాధ్యమైన ప్రమాదాలను హెచ్చరిస్తుంది.

విశ్లేషణ

ఈ రెండు శైలులలో ప్రతి ఒక్కటి సామాజిక వ్యాఖ్యానానికి తనదైన ప్రయోజనాలను కలిగి ఉంది. మీటాఫార్ శైలి సామాజిక సమస్యలను మరింత సమగ్రంగా మరియు లోతుగా అన్వేషించడానికి అనుమతిస్తుంది. ఇది సమస్యలను వివిధ కోణాల నుండి చూడటానికి మరియు వాటిని అర్థం చేసుకోవడానికి మనకు సహాయపడుతుంది.

డైరెక్ట్ శైలి సామాజిక సమస్యలను మరింత నేరుగా మరియు శక్తివంతంగా ప్రసారం చేయడానికి అనుమతిస్తుంది. ఇది ప్రజలను సమస్యలపై చర్చించడానికి మరియు చర్య తీసుకోవడానికి ప్రేరేపించడంలో సహాయపడుతుంది.

ఆశ యొక్క శక్తి: ఎదురుదెబ్బల ముందు ప్రతి శైలి ఎలా ఆశ మరియు స్థిరత్వాన్ని అందిస్తుందో పోల్చడం

ప్రథమ భాగం

ఆశ అనేది మానవ జీవితంలో ఒక ముఖ్యమైన అంశం. ఇది మనకు బలం మరియు ధైర్యాన్ని ఇస్తుంది, మనం ఎదుర్కొనే ఎటువంటి సవాళ్లను ఎదుర్కోవడానికి మనకు సహాయపడుతుంది. ఎదురుదెబ్బలను ఎదుర్కొంటున్నప్పుడు ఆశ ముఖ్యమైనది, ఎందుకంటే ఇది మనకు పునరుత్థానం మరియు పునరుద్ధరణకు శక్తిని ఇస్తుంది.

ఆశ అనేక రకాలు ఉన్నాయి. ఒక రకమైన ఆశ అనేది భవిష్యత్తు గురించి ఒక మంచి దృష్టి. ఇది మనం ఏమి సాధించాలనుకుంటున్నామో మరియు మనం ఎక్కడికి వెళ్లాలనుకుంటున్నామో గురించి ఒక స్పష్టమైన చిత్రాన్ని కలిగి ఉంటుంది. మరొక రకమైన ఆశ అనేది ఒక కష్టమైన పరిస్థితి నుండి బయటపడటానికి ఒక మార్గం ఉందని నమ్మడం. ఇది మనం ఎదుర్కొంటున్న సవాళ్లను అధిగమించగలమని నమ్మడం.

ఎదురుదెబ్బల ముందు, ప్రతి శైలి భిన్నమైన ఆశను అందిస్తుంది. రియలిజం శైలి మనకు ఎదురుదెబ్బలను అంగీకరించడానికి మరియు వాటిని ఎదుర్కోవడానికి ఒక ప్రణాళికను రూపొందించడానికి సహాయపడుతుంది. ఆశావాదం శైలి మనకు ఎదురుదెబ్బలను అధిగమించగలమని నమ్మడానికి సహాయపడుతుంది. పోసిటివిజం శైలి మనకు ఎదురుదెబ్బల నుండి నేర్చుకోవడానికి మరియు మన జీవితాన్ని మెరుగుపరచడానికి సహాయపడుతుంది.

రియలిజం శైలి

రియలిజం శైలి భవిష్యత్తు గురించి ఒక నిజాయితీ దృష్టిని కలిగి ఉంటుంది. ఇది ఎదురుదెబ్బలను అంగీకరించడానికి మరియు వాటిని ఎదుర్కోవడానికి ఒక ప్రణాళికను రూపొందించడానికి సహాయపడుతుంది. రియలిజం శైలిలో ఉన్న వ్యక్తులు ఎదురుదెబ్బలను భయపడరు లేదా వాటిని నివారించడానికి ప్రయత్నించరు. బదులుగా, వారు వాటిని అంగీకరిస్తారు మరియు వాటిని ఎదుర్కోవడానికి ఒక మార్గాన్ని కనుగొంటారు.

ఎదురుదెబ్బలను ఎదుర్కొంటున్నప్పుడు, రియలిజం శైలి మనకు క్రింది విషయాలను అందిస్తుంది:

- ఎదురుదెబ్బల యొక్క వాస్తవికతను అంగీకరించడానికి సహాయపడుతుంది.
- ఎదురుదెబ్బలను ఎదుర్కోవడానికి ఒక ప్రణాళికను రూపొందించడంలో సహాయపడుతుంది.

శైలిల అవతల లోకం: సార్వత్రిక థీమ్‌లను గుర్తించడం, అవి శైలిల సరిహద్దులను దాటిపోతాయి

ప్రథమ భాగం

శైలి అనేది కళలలో ఒక ముఖ్యమైన అంశం. ఇది ఒక కళాకారుడు తన కళను ఎలా సృష్టిస్తాడు మరియు ప్రదర్శిస్తాడు అనే దానిపై ప్రభావం చూపుతుంది. శైలులు వివిధ రకాలుగా ఉంటాయి, వీటిలో రియలిజం, ఆశావాదం మరియు పోసిటివిజం ఉన్నాయి.

శైలుల గురించి మాట్లాడేటప్పుడు, మనం తరచుగా వాటి మధ్య తేడాలను దృష్టిలో ఉంచుకుంటాము. మనం ఒక శైలిని మరొక శైలి నుండి వేరు చేయడానికి ప్రయత్నిస్తాము. అయితే, శైలిల మధ్య కొన్ని సార్వత్రిక థీమ్‌లు కూడా ఉన్నాయి. ఈ థీమ్‌లు శైలిల సరిహద్దులను దాటిపోతాయి.

సార్వత్రిక థీమ్‌లు

శైలిల అవతల ఉన్న కొన్ని సార్వత్రిక థీమ్‌లు ఇక్కడ ఉన్నాయి:

- జీవితం మరియు మరణం: ఈ థీమ్ చాలా కళాకృతులలో కనిపిస్తుంది. ఇది జీవితం యొక్క మార్పు మరియు క్షణికతను అన్వేషిస్తుంది.
- ప్రేమ మరియు విరహం: ఈ థీమ్ కూడా చాలా కళాకృతులలో కనిపిస్తుంది. ఇది ప్రేమ యొక్క అందం మరియు బాధను అన్వేషిస్తుంది.

- సౌందర్యం మరియు దుర్గం: ఈ థీమ్ మంచి మరియు చెడు యొక్క పోరాటాన్ని అన్వేషిస్తుంది. ఇది సౌందర్యం యొక్క శక్తి మరియు దుర్గం యొక్క భయాన్ని అన్వేషిస్తుంది.
- సమాజం మరియు వ్యక్తి: ఈ థీమ్ సమాజం మరియు వ్యక్తి యొక్క సంబంధాన్ని అన్వేషిస్తుంది. ఇది సమాజం యొక్క ఒత్తిడి మరియు వ్యక్తి యొక్క స్వాతంత్ర్యాన్ని అన్వేషిస్తుంది.

ఈ థీమ్‌లు కళాకృతులలో ఒక ముఖ్యమైన పాత్ర పోషిస్తాయి. అవి కళాకారులకు మరియు ప్రేక్షకులకు ఒక సాధారణ భాషను అందిస్తాయి. అవి మన జీవితాల గురించి లోతైన ప్రశ్నలను అన్వేషించడానికి మనకు సహాయపడతాయి.

రెండవ భాగం

శైలిల అవతల ఉన్న సార్వత్రిక థీమ్‌లను గుర్తించడం ముఖ్యం. ఇది కళను అర్థం చేసుకోవడానికి మరియు దానితో సంభాషించడానికి మనకు సహాయపడుతుంది. ఇది మనకు మన జీవితాల గురించి మరింత అర్థం చేసుకోవడానికి కూడా సహాయపడుతుంది.

Chapter 5: Narrative Techniques

అధ్యాయం 5: కథన వైఖరులు

కథనం మరియు వేగం: కథన నిర్మాణాలను మరియు అవి ఉత్కంఠతను ఎలా పెంచుతాయో పోల్చడం

ప్రథమ భాగం

కథనం ఒక కథను ఎలా చెబుతుందో అనేది కథ యొక్క ఉత్కంఠతను పెంచడంలో ముఖ్యమైన పాత్ర పోషిస్తుంది. కొన్ని కథన నిర్మాణాలు ఇతరులకన్నా మరింత ఉత్కంఠాన్ని సృష్టిస్తాయి.

కథన నిర్మాణం

కథన నిర్మాణం అనేది ఒక కథను ఎలా చెబుతుందో అనేది వివరించే ఒక భాషా శాస్త్ర పదం. కథన నిర్మాణాలు వివిధ రకాలుగా ఉంటాయి, వీటిలో ఈ క్రిందివి ఉన్నాయి:

- సమయం క్రమంలో కథనం: ఈ కథన నిర్మాణంలో, కథ ప్రస్తుతం నుండి ప్రారంభమవుతుంది మరియు కథలోని సంఘటనలు వాటి జరిగిన క్రమంలో చెప్పబడతాయి.
- తిరోగమన కథనం: ఈ కథన నిర్మాణంలో, కథ చివర నుండి ప్రారంభమవుతుంది మరియు కథలోని సంఘటనలు వాటి జరిగిన క్రమానికి వ్యతిరేకంగా చెప్పబడతాయి.

- మెల్లమైన ప్రారంభం కథనం: ఈ కథన నిర్మాణంలో, కథ ప్రారంభంలో చాలా ఊపందుకుని ఉండదు. సంఘటనలు చాలా నెమ్మదిగా మరియు స్థిరంగా అభివృద్ధి చెందుతాయి.
- తీవ్రమైన ప్రారంభం కథనం: ఈ కథన నిర్మాణంలో, కథ ప్రారంభంలో చాలా ఊపందుకుని ఉంటుంది. సంఘటనలు వేగంగా మరియు ఉద్వేగభరితంగా అభివృద్ధి చెందుతాయి.

ఉత్కంఠం

ఉత్కంఠ అనేది ఒక కథను చదివే లేదా చూసే వ్యక్తిలో కలిగే ఒక భావోద్వేగ స్థితి. ఇది కథలోని సంఘటనల ఫలితం గురించి ఆసక్తి మరియు భయం ద్వారా ప్రేరేపించబడుతుంది.

కథన నిర్మాణం మరియు ఉత్కంఠం

కొన్ని కథన నిర్మాణాలు ఇతరులకన్నా మరింత ఉత్కంఠాన్ని సృష్టిస్తాయి. ఉదాహరణకు, తిరోగమన కథనం చాలా ఉత్కంఠాన్ని సృష్టించగలదు. ఇది ఎందుకంటే పాఠకులు కథలోని సంఘటనల ఫలితాన్ని ఇప్పటికే తెలుసు, కానీ వారు ఎలా జరిగాయి అనే దాని గురించి ఆసక్తిగా ఉంటారు.

మెల్లమైన ప్రారంభం కథనం కూడా ఉత్కంఠాన్ని సృష్టించగలదు. ఇది ఎందుకంటే ఇది పాఠకులను కథలోకి లాగడానికి మరియు వారి ఆసక్తిని పెంచడానికి సమయం తీసుకుంటుంది.

భాష మరియు శైలి: రచన శైలులు మరియు సాధనాలు ఎలా వాతావరణం మరియు లోతైన అనుభవాన్ని సృష్టిస్తాయో విశ్లేషించడం

ప్రథమ భాగం

భాష మరియు శైలి రచయితలకు వారి కథలలో వాతావరణం మరియు లోతైన అనుభవాన్ని సృష్టించడానికి ఒక శక్తివంతమైన పరికరం. రచయితలు వారి ఎంపిక చేసిన శబ్దాలు, పదబంధాలు మరియు నిర్మాణాలను ఉపయోగించి చదవేవారి భావోద్వేగాలను మరియు అనుభూతులను ప్రేరేపించవచ్చు.

వాతావరణం

వాతావరణం అనేది ఒక కథలోని భావోద్వేగ స్థితి. ఇది చదవేవారిలో కొన్ని భావాలను లేదా భావాలను రేకెత్తిస్తుంది. రచయితలు వాతావరణాన్ని సృష్టించడానికి వివిధ రకాల రచనా శైలులు మరియు సాధనాలను ఉపయోగించవచ్చు.

ఉదాహరణకు, ఒక రచయిత భయానక వాతావరణాన్ని సృష్టించడానికి కింది వాటిని ఉపయోగించవచ్చు:

- అస్పష్టమైన లేదా భయంకరమైన భాష: "చీకటి లోతైన మరియు భయంకరమైనది, మరియు గాలిలో ఒక అనుభూతి ఉంది, ఏదో ఒకటి చాలా త్వరలో జరుగుతుంది."
- గమనించదగిన శబ్దాలు లేదా చిత్రాలు: "ఒక చీకటి కోడికత్తి గాలిలో గుర్రుమంది, మరియు ఒక చిన్న జంతువు పొదల గుండా గింజుకుంటూ వెళ్లింది."

- కథలోని పాత్రల భయం లేదా ఆందోళన యొక్క వర్ణన: "ఆమె హృదయం వేగంగా కొట్టుకుంది, మరియు ఆమె గాలిలో భయంకరమైన శబ్దాన్ని విన్నట్లు అనిపించింది."

లోతైన అనుభవం

లోతైన అనుభవం అనేది ఒక కథలోని పాత్రలతో చదవేవారిని అనుసంధానించడానికి రచయితలు ఉపయోగించే ఒక శక్తివంతమైన పరికరం. లోతైన అనుభవం పాత్రల భావోద్వేగాలు, ఆలోచనలు మరియు భావాలను చదవేవారిలో రేకెత్తిస్తుంది.

ఉదాహరణకు, ఒక రచయిత లోతైన అనుభవాన్ని సృష్టించడానికి కింది వాటిని ఉపయోగించవచ్చు:

- పాత్రల లోతైన భావోద్వేగాల యొక్క వర్ణన: "ఆమె ఒంటరితనం మరియు విచారం యొక్క భారాన్ని అనుభవించింది, ఆమె భయపడింది."

భాష మరియు శైలి: రచన శైలులు మరియు సాధనాలు ఎలా వాతావరణం మరియు లోతైన అనుభవాన్ని సృష్టిస్తాయో విశ్లేషించడం

ప్రథమ భాగం

భాష మరియు శైలి రచయితలకు వారి కథలలో వాతావరణం మరియు లోతైన అనుభవాన్ని సృష్టించడానికి ఒక శక్తివంతమైన పరికరం. రచయితలు వారి ఎంపిక చేసిన శబ్దాలు, పదబంధాలు మరియు నిర్మాణాలను ఉపయోగించి చదవేవారి భావోద్వేగాలను మరియు అనుభూతులను ప్రేరేపించవచ్చు.

వాతావరణం

వాతావరణం అనేది ఒక కథలోని భావోద్వేగ స్థితి. ఇది చదవేవారిలో కొన్ని భావాలను లేదా భావాలను రేకెత్తిస్తుంది. రచయితలు వాతావరణాన్ని సృష్టించడానికి వివిధ రకాల రచనా శైలులు మరియు సాధనాలను ఉపయోగించవచ్చు.

ఉదాహరణకు, ఒక రచయిత భయానక వాతావరణాన్ని సృష్టించడానికి కింది వాటిని ఉపయోగించవచ్చు:

- అస్పష్టమైన లేదా భయంకరమైన భాష: "చీకటి లోతైన మరియు భయంకరమైనది, మరియు గాలిలో ఒక అనుభూతి ఉంది, ఏదో ఒకటి చాలా త్వరలో జరుగుతుంది."
- గమనించదగిన శబ్దాలు లేదా చిత్రాలు: "ఒక చీకటి కోడికత్తి గాలిలో గుర్రుమంది, మరియు ఒక చిన్న జంతువు పొదల గుండా గింజుకుంటూ వెళ్లింది."

- కథలోని పాత్రల భయం లేదా ఆందోళన యొక్క వర్ణన: "ఆమె హృదయం వేగంగా కొట్టుకుంది, మరియు ఆమె గాలిలో భయంకరమైన శబ్దాన్ని విన్నట్లు అనిపించింది."

లోతైన అనుభవం

లోతైన అనుభవం అనేది ఒక కథలోని పాత్రలతో చదవేవారిని అనుసంధానించడానికి రచయితలు ఉపయోగించే ఒక శక్తివంతమైన పరికరం. లోతైన అనుభవం పాత్రల భావోద్వేగాలు, ఆలోచనలు మరియు భావాలను చదవేవారిలో రేకెత్తిస్తుంది.

ఉదాహరణకు, ఒక రచయిత లోతైన అనుభవాన్ని సృష్టించడానికి కింది వాటిని ఉపయోగించవచ్చు:

- పాత్రల లోతైన భావోద్వేగాల యొక్క వర్ణన: "ఆమె ఒంటరితనం మరియు విచారం యొక్క భారాన్ని అనుభవించింది, ఆమె భయపడింది."

చిహ్నాలు మరియు ఉపమానాలు: రెండు శైలీలు ఎలా అలంకారాలను ఉపయోగించి అర్థాన్ని లోతుగా చేస్తాయో అన్వేషించడం

ప్రథమ భాగం

చిహ్నాలు మరియు ఉపమానాలు రెండూ రచనా శైలిలో ఉపయోగించే అలంకారాలు. అయితే, వాటి మధ్య కొన్ని ముఖ్యమైన తేడాలు ఉన్నాయి.

చిహ్నాలు

చిహ్నాలు అనేవి ఒక విషయాన్ని మరొక విషయానికి సూచించడానికి ఉపయోగించే పదాలు లేదా చిహ్నాలు. చిహ్నాలు సాధారణంగా ఒక భావోద్వేగ లేదా ఆలోచనను సూచిస్తాయి. ఉదాహరణకు, గులాబీ పువ్వు ప్రేమను సూచిస్తుంది, అగ్ని ప్రేమ లేదా కోపాన్ని సూచిస్తుంది.

ఉపమానాలు

ఉపమానాలు అనేవి రెండు విభిన్న విషయాలను పోల్చడానికి ఉపయోగించే అలంకారాలు. ఉపమానాలు సాధారణంగా "వంటిది" లేదా "తో సమానం" అనే పదాలను ఉపయోగిస్తాయి. ఉదాహరణకు, "ఆమె చెంపలు రోజ్ రేకుల వంటివి" అనేది ఒక ఉపమానం.

చిహ్నాలు మరియు ఉపమానాల మధ్య తేడాలు

చిహ్నాలు మరియు ఉపమానాల మధ్య కొన్ని ముఖ్యమైన తేడాలు ఉన్నాయి:

- చిహ్నాలు సాధారణంగా ఒక భావోద్వేగ లేదా ఆలోచనను సూచిస్తాయి, అయితే ఉపమానాలు రెండు విభిన్న విషయాలను పోల్చుతాయి.
- చిహ్నాలు సాధారణంగా ఒక పదం లేదా చిహ్నంతో సూచించబడతాయి, అయితే ఉపమానాలు సాధారణంగా "వంటిది" లేదా "తో సమానం" అనే పదాలను ఉపయోగిస్తాయి.

చిహ్నాలు మరియు ఉపమానాల శక్తి

చిహ్నాలు మరియు ఉపమానాలు రెండూ రచనను మరింత శక్తివంతంగా మరియు అర్థవంతంగా చేయడానికి ఉపయోగించవచ్చు. అవి చదవేవారిని ఆలోచించడానికి మరియు భావించడానికి ప్రేరేపించగలవు.

చిహ్నాల శక్తి

చిహ్నాలు సాధారణంగా ఒక భావోద్వేగ లేదా ఆలోచనను సూచిస్తాయి. ఇది చదవేవారిని ఆ భావోద్వేగ లేదా ఆలోచనను మరింత తీవ్రంగా అనుభవించడానికి ప్రేరేపించవచ్చు. ఉదాహరణకు, ఒక కవితలో "గులాబీ పువ్వు" అనే చిహ్నాన్ని ఉపయోగించడం చదవేవారిలో ప్రేమ యొక్క భావాన్ని రేకెత్తించవచ్చు.

పాఠకుల నిమగ్నత: పాఠకులను కథన అనుభవంలోకి లాగడానికి వ్యూహాలను పోల్చడం

ప్రథమ భాగం

పాఠకుల నిమగ్నత అనేది ఒక రచయిత యొక్క లక్ష్యం. నిమగ్నమైన పాఠకులు కథను ఆస్వాదిస్తారు మరియు దాని నుండి ఎక్కువ లాభం పొందుతారు. పాఠకులను నిమగ్నం చేయడానికి అనేక వ్యూహాలు ఉన్నాయి.

పాఠకులను నిమగ్నం చేయడానికి కొన్ని వ్యూహాలు:

- ఆసక్తికరమైన కథనం: పాఠకులకు ఆసక్తి కలిగించే కథను రాయడం చాలా ముఖ్యం. ఇది పాఠకులను కథలోకి లాగడానికి మరియు వారి దృష్టిని నిలుపుకోవడానికి సహాయపడుతుంది.

- పాత్రలతో పాఠకులను అనుసంధానించడం: పాఠకులు పాత్రలతో గుర్తించగలిగినప్పుడు, వారు కథలో ఎక్కువగా నిమగ్నమవుతారు. పాత్రలను స్పష్టంగా మరియు ఆకర్షణీయంగా అభివృద్ధి చేయడం చాలా ముఖ్యం.

- పాఠకులను ఆలోచింపజేయడం: పాఠకులను ఆలోచింపజేయే కథను రాయడం వారి నిమగ్నతను పెంచుతుంది. ఇది పాఠకులను కథలో పాల్గొనడానికి మరియు వారి స్వంత అభిప్రాయాలు మరియు నమ్మకాలను అభివృద్ధి చేయడానికి ప్రేరేపిస్తుంది.

- విరామం లేని కథనం: విరామం లేని కథనం పాఠకులను కథలో నిమగ్నం చేయడంలో సహాయపడుతుంది. ఇది పాఠకులను కథలో నుండి బయటకు తీసుకురాకుండా నిరోధిస్తుంది.

రెండవ భాగం

పాఠకుల నిమగ్నతను పెంచడానికి ఉపయోగించే అనేక వ్యూహాలు ఉన్నాయి, కానీ కొన్ని వ్యూహాలు ఇతరుల కంటే మరింత ప్రభావవంతంగా ఉంటాయి. ఉదాహరణకు, ఆసక్తికరమైన కథనం అనేది పాఠకులను నిమగ్నం చేయడానికి అత్యంత ముఖ్యమైన వ్యూహాలలో ఒకటి. పాఠకులు కథలోని సంఘటనల గురించి ఆసక్తిగా ఉన్నప్పుడు, వారు దానిని ఆస్వాదించడానికి మరియు దాని నుండి ఎక్కువ లాభం పొందడానికి మరింత ఎక్కువగా ఉంటారు.

పాత్రలతో పాఠకులను అనుసంధానించడం కూడా పాఠకుల నిమగ్నతను పెంచడంలో ఒక ముఖ్యమైన పాత్ర పోషిస్తుంది. పాఠకులు పాత్రలతో గుర్తించగలిగినప్పుడు, వారు కథలో ఎక్కువగా నిమగ్నమవుతారు మరియు పాత్రలకు ఏమి జరుగుతుందో గురించి ఆసక్తిగా ఉంటారు.

కథన శక్తి: రెండు శైలీలు కథనాలను ఉపయోగించి పాఠకులతో ఎలా కలుస్తాయో పరిశీలించడం

ప్రథమ భాగం

కథనం అనేది ఒక శక్తివంతమైన సాధనం. ఇది పాఠకులను ఆకట్టుకోవచ్చు, వారిని ఆలోచింపజేయవచ్చు మరియు వారిని కదిలించవచ్చు. కథనాన్ని రెండు ప్రధాన శైలులలో ఉపయోగించవచ్చు:

- రియలిజం: రియలిజం అనేది నిజ జీవితాన్ని ఖచ్చితంగా ప్రతిబింబించే కథనం. ఇది సాధారణంగా నిజమైన ప్రదేశాలు, వ్యక్తులు మరియు సంఘటనలను ఉపయోగిస్తుంది.

- ఫిక్షన్: ఫిక్షన్ అనేది నిజ జీవితానికి అనుగుణంగా ఉండని కథనం. ఇది కల్పిత ప్రదేశాలు, వ్యక్తులు మరియు సంఘటనలను ఉపయోగించవచ్చు.

ఈ రెండు శైలులు కథనాలను ఉపయోగించి పాఠకులతో ఎలా కలుస్తాయో అన్వేషించడం ఈ వ్యాసం యొక్క లక్ష్యం.

రియలిజం

రియలిజం పాఠకులను ఆకట్టుకోవడానికి మరియు వారిని ఆలోచింపజేయడానికి సామర్థ్యం కలిగి ఉంది. ఇది వాస్తవిక ప్రపంచంతో వారిని కనెక్ట్ చేయడం ద్వారా ఇది చేస్తుంది. రియలిజం కథనం పాఠకులకు వారి స్వంత జీవితాలతో సంబంధం కలిగి ఉన్న భావాలను మరియు ఆలోచనలను ప్రేరేపించగలదు.

ఉదాహరణకు, ఒల్గా హెప్నర్ యొక్క "ది డిస్కవరీ ఆఫ్ ది అమెరికన్స్" అనే నవల రియలిజం యొక్క ఒక ఉదాహరణ. ఈ నవల 16వ శతాబ్దంలో అమెరికాలోని స్పానిష్ సామ్రాజ్యం యొక్క పతనాన్ని చెబుతుంది. ఈ నవల చారిత్రకంగా ఖచ్చితమైనది మరియు అమెరికాలోని స్పానిష్ సామ్రాజ్యం యొక్క క్షీణత యొక్క భావోద్వేగ ప్రభావాలను చిత్రీకరిస్తుంది.

ఫిక్షన్

ఫిక్షన్ పాఠకులను ఆకట్టుకోవడానికి మరియు వారిని కదిలించడానికి కూడా సామర్థ్యం కలిగి ఉంది. ఇది ఊహ ద్వారా వారిని కనెక్ట్ చేయడం ద్వారా ఇది చేస్తుంది. ఫిక్షన్ కథనం పాఠకులను కొత్త ప్రపంచాలను అన్వేషించడానికి మరియు కొత్త ఆలోచనలు మరియు భావాలను అనుభవించడానికి అనుమతిస్తుంది.

ఉదాహరణకు, జార్జ్ ఆర్వెల్ యొక్క "1984" అనే నవల ఫిక్షన్ యొక్క ఒక ఉదాహరణ. ఈ నవల ఒక ఊహాత్మక భవిష్యత్తులో సెట్ చేయబడింది, ఇక్కడ ప్రభుత్వం ప్రజల ఆలోచనలను మరియు చర్యలను నియంత్రిస్తుంది.

Chapter 6: Influence and Impact

అధ్యాయం 6: ప్రభావం మరియు ప్రభావం

సాంస్కృతిక ప్రభావం: రెండు శైలీలు సాహిత్య సంస్కృతి మరియు సామాజిక ఆలోచనలను ఎలా ఆకృతి చేశాయో అన్వేషించడం

ప్రథమ భాగం

సాహిత్యం సమాజం యొక్క ఒక ప్రతిబింబం. ఇది సామాజిక ఆలోచనలు మరియు విలువలను ప్రతిబింబిస్తుంది మరియు ప్రభావితం చేస్తుంది. సాహిత్యంలోని రెండు ప్రధాన శైలులు, రియలిజం మరియు ఫిక్షన్, సాంస్కృతిక ప్రభావాన్ని చూపించాయి.

రియలిజం

రియలిజం సామాజిక వాస్తవికతను చిత్రీకరించడానికి ప్రయత్నిస్తుంది. ఇది సాధారణంగా నిజమైన ప్రదేశాలు, వ్యక్తులు మరియు సంఘటనలను ఉపయోగిస్తుంది. రియలిజం సాహిత్య సంస్కృతిపై గణనీయమైన ప్రభావాన్ని చూపింది. ఇది సామాజిక సమస్యలను ప్రజల దృష్టికి తెచ్చింది మరియు సామాజిక మార్పును ప్రోత్సహించడానికి సహాయపడింది.

ఉదాహరణకు, 19వ శతాబ్దంలోని రియలిస్ట్ రచయితలు సామాజిక అసమానతలు మరియు పేదరికం వంటి సామాజిక సమస్యలను పరిశోధించారు. వారి రచనలు సామాజిక మార్పు కోసం ప్రజలను ప్రేరేపించడంలో సహాయపడ్డాయి.

ఫిక్షన్

ఫిక్షన్ సామాజిక వాస్తవికతను నిర్వహించకుండా కల్పనను ఉపయోగిస్తుంది. ఇది కొత్త ప్రపంచాలను అన్వేషించడానికి మరియు కొత్త ఆలోచనలు మరియు భావాలను ప్రోత్సహించడానికి ఉపయోగించవచ్చు. ఫిక్షన్ కూడా సాంస్కృతిక ప్రభావాన్ని చూపించింది. ఇది సామాజిక విలువలు మరియు ఆలోచనలను ప్రశ్నించడానికి మరియు సవాలు చేయడానికి ఉపయోగించబడింది.

ఉదాహరణకు, జార్జ్ ఆర్వెల్ యొక్క "1984" అనే నవల ఒక ఊహాత్మక భవిష్యత్తును చిత్రీకరిస్తుంది, ఇక్కడ ప్రభుత్వం ప్రజల ఆలోచనలను మరియు చర్యలను నియంత్రిస్తుంది. ఈ నవల ప్రజాస్వామ్యం మరియు స్వేచ్ఛ యొక్క ప్రాముఖ్యత గురించి ఒక శక్తివంతమైన సందేశాన్ని అందిస్తుంది.

రెండవ భాగం

రియలిజం మరియు ఫిక్షన్ రెండూ సాంస్కృతిక ప్రభావాన్ని చూపించాయి. రియలిజం సామాజిక సమస్యలను ప్రజల దృష్టికి తెచ్చింది మరియు సామాజిక మార్పును ప్రోత్సహించడానికి సహాయపడింది. ఫిక్షన్ సామాజిక విలువలు మరియు ఆలోచనలను ప్రశ్నించడానికి మరియు సవాలు చేయడానికి ఉపయోగించబడింది.

నవీకరణకు స్ఫూర్తి: సైన్స్ ఫిక్షన్ శాస్త్రీయ పురోగతిని ఎలా ప్రభావితం చేసిందో విశ్లేషించడం

ప్రథమ భాగం

సైన్స్ ఫిక్షన్ అనేది ఒక శైలి యొక్క సాహిత్యం, చలనచిత్రాలు, టెలివిజన్ మరియు ఇతర మీడియా రూపాలు, ఇది ఊహాత్మక భవిష్యత్తును అన్వేషిస్తుంది. సైన్స్ ఫిక్షన్ శాస్త్రీయ పురోగతిపై గణనీయమైన ప్రభావాన్ని చూపింది.

సైన్స్ ఫిక్షన్ శాస్త్రీయ పురోగతిని ప్రభావితం చేసే కొన్ని మార్గాలు ఇక్కడ ఉన్నాయి:

- నూతన ఆలోచనలకు స్ఫూర్తి ఇవ్వడం: సైన్స్ ఫిక్షన్ రచయితలు కొత్త ఆలోచనలు మరియు ఆవిష్కరణలకు స్ఫూర్తిని ఇస్తారు. వారు కొత్త సాంకేతికతలు మరియు భవిష్యత్తులో సాధ్యమయ్యే సాధనాల గురించి కల్పనలను అందిస్తారు. ఈ ఆలోచనలు శాస్త్రవేత్తలు మరియు ఇంజనీర్లను ప్రేరేపించవచ్చు మరియు కొత్త ఆవిష్కరణలకు దారితీయవచ్చు.

ఉదాహరణకు, జార్జ్ లూయిస్ హారీసన్ యొక్క "ది వార్ ఆఫ్ ది వరల్డ్స్" నవల 1898లో ప్రచురించబడింది. ఈ నవలలో, భూమికి వచ్చిన విదేశీ యుద్ధ విమానాలు మానవాళిని నాశనం చేస్తాయి. ఈ నవల శాస్త్రవేత్తలను భవిష్యత్తులో మానవత్వంపై బయటి ప్రమాదాన్ని ఎదుర్కొనే అవకాశం గురించి ఆలోచించడానికి ప్రేరేపించింది.

- సామాజిక అంశాలను పరిశీలించడం: సైన్స్ ఫిక్షన్ సామాజిక అంశాలను పరిశీలించడానికి కూడా ఉపయోగించవచ్చు. ఈ సామాజిక అంశాలు శాస్త్రీయ పురోగతితో సంబంధం కలిగి ఉండవచ్చు లేదా సాధారణంగా మానవ సమాజాన్ని ప్రభావితం చేయవచ్చు.

  ఉదాహరణకు, ఐజాక్ అసిమోవ్ యొక్క "ది ఫౌండేషన్" సిరీస్ ఒక భవిష్యత్తులో సెట్ చేయబడింది, ఇక్కడ గెలాక్సీ యొక్క శక్తి క్షీణించడం ప్రారంభమవుతుంది. ఈ సిరీస్ శక్తి మరియు పాలన యొక్క స్వభావం గురించి సమాజాన్ని ప్రశ్నించడానికి ఉపయోగించబడింది.

- ప్రజలకు శాస్త్రాన్ని బోధించడం: సైన్స్ ఫిక్షన్ ప్రజలకు శాస్త్రాన్ని బోధించడానికి కూడా ఉపయోగించవచ్చు.

సామాజిక మార్పు మరియు చైతన్యం: ఫాంటసీని సామాజిక సమస్యలను అన్వేషించడానికి మరియు మార్పును ప్రోత్సహించడానికి ఎలా ఉపయోగించారో పరిశీలించడం

ప్రథమ భాగం

ఫాంటసీ అనేది ఒక శైలి యొక్క సాహిత్యం, చలనచిత్రాలు, టెలివిజన్ మరియు ఇతర మీడియా రూపాలు, ఇది కల్పిత ప్రపంచాలను అన్వేషిస్తుంది. ఫాంటసీ సామాజిక మార్పు మరియు చైతన్యం కోసం ఒక శక్తివంతమైన సాధనంగా ఉపయోగించబడింది.

ఫాంటసీని సామాజిక మార్పు మరియు చైతన్యం కోసం ఉపయోగించే కొన్ని మార్గాలు ఇక్కడ ఉన్నాయి:

- సామాజిక సమస్యలను అన్వేషించడం: ఫాంటసీ రచయితలు సామాజిక సమస్యలను అన్వేషించడానికి ఊహాత్మక ప్రపంచాలను ఉపయోగించవచ్చు. వారు ఈ సమస్యలను కొత్త మరియు ఆసక్తికరమైన కోణాల నుండి చూపించవచ్చు మరియు ప్రజలను వారి గురించి ఆలోచించడానికి ప్రేరేపించవచ్చు.

ఉదాహరణకు, జార్జ్ ఆర్వెల్ యొక్క "1984" అనే నవల ఒక ఊహాత్మక భవిష్యత్తును చిత్రీకరిస్తుంది, ఇక్కడ ప్రభుత్వం ప్రజల ఆలోచనలను మరియు చర్యలను నియంత్రిస్తుంది. ఈ నవల యునైటెడ్ స్టేట్స్‌లోని రివార్డిస్ట్ రాజకీయాల యొక్క ప్రమాదాల గురించి ఒక శక్తివంతమైన సందేశాన్ని అందిస్తుంది.

- సామాజిక చైతన్యాన్ని పెంచడం: ఫాంటసీ రచయితలు సామాజిక చైతన్యాన్ని పెంచడానికి కూడా ఉపయోగించవచ్చు. వారు తమ కథలలో సామాజిక సమస్యలను ప్రధానంగా ఉంచవచ్చు మరియు ప్రజలను వాటి గురించి చర్చించడానికి ప్రేరేపించవచ్చు.

ఉదాహరణకు, లాటిన్ అమెరికా నుండి వచ్చిన ఫాంటసీ రచయితలు తమ కథలలో తమ సమాజాల యొక్క సామాజిక మరియు ఆర్థిక సమస్యలను తరచుగా అన్వేషిస్తారు. ఈ రచయితలు తమ కథల ద్వారా సామాజిక మార్పును సాధించడానికి కృషి చేస్తున్నారు.

రెండవ భాగం

ఫాంటసీని సామాజిక మార్పు మరియు చైతన్యం కోసం ఉపయోగించడం వల్ల అనేక ప్రయోజనాలు ఉన్నాయి. ఇది ప్రజలను సామాజిక సమస్యల గురించి ఆలోచించడానికి మరియు వాటి గురించి చర్చించడానికి ప్రేరేపించవచ్చు. ఇది సామాజిక మార్పును సాధించడానికి కూడా సహాయపడవచ్చు.

అంతర్గత వచనం మరియు శైలుల మధ్య ప్రభావాలు: రెండు శైలీలు ఎలా ఒకదానికొకటి అరువు పొంది, స్ఫూర్తినిస్తాయో అన్వేషించడం

ప్రథమ భాగం

అంతర్గత వచనం మరియు శైలులు రెండూ సాహిత్యంలో ముఖ్యమైన అంశాలు. అంతర్గత వచనం అనేది ఒక రచయిత యొక్క వ్యక్తిగత అభిప్రాయాలు మరియు నమ్మకాలను ప్రతిబింబించే వచనం. శైలి అనేది ఒక రచయిత తన వచనాన్ని వ్యక్తీకరించడానికి ఉపయోగించే పదాలు, భాషా నిర్మాణాలు మరియు చిత్రాలు.

అంతర్గత వచనం మరియు శైలులు ఒకదానికొకటి చాలా దగ్గరగా సంబంధం కలిగి ఉంటాయి. ఒక రచయిత యొక్క అంతర్గత వచనం తరచుగా ఆయన లేదా ఆమె యొక్క శైలిని ప్రభావితం చేస్తుంది. అదేవిధంగా, ఒక రచయిత యొక్క శైలి తరచుగా ఆయన లేదా ఆమె యొక్క అంతర్గత వచనాన్ని ప్రతిబింబిస్తుంది.

అంతర్గత వచనం శైలిని ఎలా ప్రభావితం చేస్తుంది

అంతర్గత వచనం శైలిని అనేక మార్గాల్లో ప్రభావితం చేస్తుంది. ఒక విధంగా, అంతర్గత వచనం రచయిత ఏ అంశాలపై దృష్టి పెట్టాలనుకుంటున్నారో నిర్ణయిస్తుంది. ఉదాహరణకు, ఒక రచయిత తన స్వంత జీవితం గురించి వ్రాయాలనుకుంటే, ఆయన లేదా ఆమె ఒక వ్యక్తిగతమైన మరియు భావోద్వేగపూరితమైన శైలిని ఉపయోగించవచ్చు. అదే విధంగా, ఒక రచయిత సామాజిక సమస్యల గురించి

వ్రాయాలనుకుంటే, ఆయన లేదా ఆమె ఒక నిర్దిష్టమైన మరియు ప్రభావవంతమైన శైలిని ఉపయోగించవచ్చు.

అంతర్గత వచనం శైలిని ప్రభావితం చేసే మరొక మార్గం, అది రచయిత ఏ టోన్ మరియు ముగింపును కోరుకుంటున్నారో నిర్ణయిస్తుంది. ఉదాహరణకు, ఒక రచయిత ఒక హాస్యమైన కథను వ్రాయాలనుకుంటే, ఆయన లేదా ఆమె ఒక తేలికపాటి మరియు వినోదాత్మక శైలిని ఉపయోగించవచ్చు. అదే విధంగా, ఒక రచయిత ఒక భయంకరమైన కథను వ్రాయాలనుకుంటే, ఆయన లేదా ఆమె ఒక భయపెట్టే మరియు భయానకమైన శైలిని ఉపయోగించవచ్చు.

ఊహశక్తి యొక్క భవిష్యత్తు: రెండు శైలీల భవిష్యత్తు మరియు వాటి యొక్క నిరంతర ప్రాముఖ్యతపై ఊహించడం

ప్రథమ భాగం

ఊహశక్తి అనేది సాహిత్యంలో ఒక ముఖ్యమైన అంశం. ఇది రచయితలు కొత్త ప్రపంచాలు మరియు భావాలను అన్వేషించడానికి అనుమతిస్తుంది. ఊహశక్తి రెండు ప్రధాన శైలులలో విభజించబడింది: రియలిజం మరియు ఫాంటసీ.

రియలిజం అనేది నిజ జీవితాన్ని ఖచ్చితంగా ప్రతిబింబించే ఊహశక్తి యొక్క ఒక రూపం. ఇది సాధారణంగా నిజమైన ప్రదేశాలు, వ్యక్తులు మరియు సంఘటనలను ఉపయోగిస్తుంది. ఫాంటసీ అనేది నిజ జీవితానికి అనుగుణంగా ఉండని ఊహశక్తి యొక్క ఒక రూపం. ఇది కల్పిత ప్రదేశాలు, వ్యక్తులు మరియు సంఘటనలను ఉపయోగించవచ్చు.

రియలిజం యొక్క భవిష్యత్తు

రియలిజం యొక్క భవిష్యత్తు భవిష్యత్తులో బలంగా ఉంటుంది. ఇది సాహిత్యంలో ఒక స్థిరమైన ప్రాముఖ్యతను కలిగి ఉంది మరియు ప్రజలను నిజ ప్రపంచం గురించి ఆలోచించడానికి మరియు అర్థం చేసుకోవడానికి సహాయపడుతుంది.

రియలిజం యొక్క భవిష్యత్తును ప్రభావితించే కొన్ని కారకాలు ఇక్కడ ఉన్నాయి:

- సమాజంలోని మార్పులు: సమాజం మారుతున్నప్పుడు, రియలిజం రచయితలు ఈ మార్పులను తమ రచనలో ప్రతిబింబించడానికి కొత్త మార్గాలను కనుగొంటారు.
- సాంకేతిక పరిణామాలు: సాంకేతిక పరిణామాలు రియలిజం రచయితలు తమ రచనను మరింత నిజాయితీగా మరియు లోతుగా చేయడానికి కొత్త మార్గాలను అందిస్తాయి.
- అంతర్జాతీయీకరణ: అంతర్జాతీయీకరణ రియలిజం రచయితలు వివిధ సంస్కృతుల నుండి ప్రేరణ పొందడానికి మరియు కొత్త దృక్కోణాలను అందించడానికి అనుమతిస్తుంది.

ఫాంటసీ యొక్క భవిష్యత్తు

ఫాంటసీ యొక్క భవిష్యత్తు కూడా భవిష్యత్తులో బలంగా ఉంటుంది. ఇది సాహిత్యంలో ఒక స్థిరమైన ప్రాముఖ్యతను కలిగి ఉంది మరియు ప్రజలను కొత్త ప్రపంచాలను అన్వేషించడానికి మరియు కొత్త ఆలోచనలు మరియు భావాలను అనుభవించడానికి సహాయపడుతుంది.

Chapter 7: Conclusion

అధ్యాయం 7: ముగింపు

ముఖ్యమైన కనుగొనలు: మీ తులనాత్మక విశ్లేషణ యొక్క ప్రధాన అంశాలను సంగ్రహించండి

ప్రథమ భాగం

ఒక తులనాత్మక విశ్లేషణ అనేది రెండు లేదా అంతకంటే ఎక్కువ అంశాలను పోల్చి చూసే ప్రక్రియ. ఇది రెండు అంశాల మధ్య సమానతలు మరియు తేడాలను గుర్తించడానికి ఉపయోగించబడుతుంది.

ఒక తులనాత్మక విశ్లేషణను నిర్వహించడానికి, ముందుగానే మీరు పోల్చడానికి కోరుకునే అంశాలను నిర్ణయించుకోవాలి. ఆపై, మీరు ప్రతి అంశం యొక్క ప్రధాన లక్షణాలను గుర్తించాలి. చివరగా, మీరు రెండు అంశాలను పోల్చి, వాటి మధ్య సమానతలు మరియు తేడాలను గుర్తించాలి.

రెండవ భాగం

ఒక తులనాత్మక విశ్లేషణ యొక్క కొన్ని ముఖ్యమైన కనుగొనలు ఇక్కడ ఉన్నాయి:

- సమానతలు: రెండు అంశాల మధ్య సమానతలు ఏమిటి? వీటిలో సాధారణ లక్షణాలు, భావాలు లేదా భావాలు ఉండవచ్చు.

- తేడాలు: రెండు అంశాల మధ్య తేడాలు ఏమిటి? వీటిలో భిన్నమైన లక్షణాలు, భావాలు లేదా భావాలు ఉండవచ్చు.
- అనుబంధం: రెండు అంశాల మధ్య సంబంధం ఏమిటి? అవి ఒకదానికొకటి సమానంగా ఉన్నాయా, విరుద్ధంగా ఉన్నాయా, లేదా అసంబంధంగా ఉన్నాయా?

తులనాత్మక విశ్లేషణ యొక్క ఉపయోగాలు

తులనాత్మక విశ్లేషణ అనేక విధాలుగా ఉపయోగించవచ్చు. ఇది కొత్త ఆలోచనలను రూపొందించడానికి, సమస్యలను పరిష్కరించడానికి మరియు వివిధ అంశాల మధ్య సంబంధాలను అర్థం చేసుకోవడానికి ఉపయోగించవచ్చు.

ఉదాహరణకు, ఒక వ్యాపార సంస్థ రెండు వేర్వేరు ఉత్పత్తులను పోల్చడానికి తులనాత్మక విశ్లేషణను ఉపయోగించవచ్చు. ఇది ఏ ఉత్పత్తి వినియోగదారులకు మెరుగైన విలువను అందిస్తుందో నిర్ణయించడంలో సంస్థకు సహాయపడుతుంది.

ఒక విద్యార్థి రెండు వేర్వేరు రచయితల రచనలను పోల్చడానికి తులనాత్మక విశ్లేషణను ఉపయోగించవచ్చు. ఇది రెండు రచయితల మధ్య తేడాలు మరియు సమానతలను అర్థం చేసుకోవడంలో విద్యార్థికి సహాయపడుతుంది.

తులనాత్మక విశ్లేషణ అనేది ఒక శక్తివంతమైన సాధనం, ఇది వివిధ అంశాల మధ్య సమానతలు మరియు తేడాలను గుర్తించడంలో మనకు సహాయపడుతుంది.

ద్వంద్వత దాటి: శైలీల మధ్య కలిసిపోయే రేఖలను మరియు హైబ్రిడ్ రూపాల పుట్టుకను అన్వేషించడం

ప్రథమ భాగం

శైలి అనేది సాహిత్యం, కళ లేదా సంగీతం వంటి సృజనాత్మక రంగంలో ఉపయోగించే ప్రత్యేకమైన భాషా లేదా భావోద్వేగ రూపం. శైలులు సాధారణంగా రెండు రకాలుగా విభజించబడతాయి: రియలిజం మరియు ఫాంటసీ.

రియలిజం అనేది నిజ జీవితాన్ని ఖచ్చితంగా ప్రతిబింబించే శైలి. ఇది సాధారణంగా నిజమైన ప్రదేశాలు, వ్యక్తులు మరియు సంఘటనలను ఉపయోగిస్తుంది. ఫాంటసీ అనేది నిజ జీవితానికి అనుగుణంగా ఉండని శైలి. ఇది కల్పిత ప్రదేశాలు, వ్యక్తులు మరియు సంఘటనలను ఉపయోగించవచ్చు.

ఈ రెండు శైలులు సాంప్రదాయకంగా ఒకదానికొకటి వ్యతిరేకంగా చూడబడతాయి. రియలిజంను నిజమైన మరియు ఆచరణాత్మకంగా పరిగణించబడుతుంది, అయితే ఫాంటసీని అవాస్తవిక మరియు ఊహాత్మకంగా పరిగణించబడుతుంది.

రెండవ భాగం

అయితే, ఇటీవలి సంవత్సరాలలో, శైలీల మధ్య కలిసిపోయే రేఖలు మరింత అస్పష్టంగా మారుతున్నాయి. కొంతమంది రచయితలు మరియు కళాకారులు రెండు శైలులను కలిపి, కొత్త రకమైన హైబ్రిడ్ రూపాలను సృష్టిస్తున్నారు.

హైబ్రిడ్ రూపాలు రెండు లేదా అంతకంటే ఎక్కువ శైలుల లక్షణాలను కలిగి ఉంటాయి. అవి కొత్త రకమైన అర్థాన్ని మరియు అనుభవాన్ని సృష్టించడానికి సహాయపడతాయి.

హైబ్రిడ్ రూపాల యొక్క కొన్ని ఉదాహరణలు ఇక్కడ ఉన్నాయి:

- సైన్స్ ఫిక్షన్ రియలిజం: ఈ శైలి సైన్స్ ఫిక్షన్ మరియు రియలిజం యొక్క లక్షణాలను కలిగి ఉంటుంది. ఇది సాధారణంగా సైన్స్ ఫిక్షన్ యొక్క ఊహాత్మక అంశాలను రియలిజం యొక్క వాస్తవికతతో కలపడానికి ప్రయత్నిస్తుంది.

- మాజిక ఫిక్షన్: ఈ శైలి మాజిక్ మరియు రియలిజం యొక్క లక్షణాలను కలిగి ఉంటుంది. ఇది సాధారణంగా మాజిక్ యొక్క అద్భుతాన్ని రియలిజం యొక్క వాస్తవికతతో కలపడానికి ప్రయత్నిస్తుంది.

ఊహాశక్తి యొక్క శాశ్వత శక్తి: సాహిత్యంలో ఊహాశక్తి యొక్క ప్రాముఖ్యతను మరియు పాఠకులపై దాని ప్రభావాన్ని పునరావృతం చేయండి

ప్రథమ భాగం

ఊహాశక్తి అనేది మానవ సృజనాత్మకత యొక్క ఒక ముఖ్యమైన అంశం. ఇది మనకు కొత్త ఆలోచనలు మరియు అనుభవాలను అన్వేషించడానికి అనుమతిస్తుంది. ఊహాశక్తి సాహిత్యంలో ఒక ముఖ్యమైన పాత్ర పోషిస్తుంది. ఇది రచయితలకు కొత్త ప్రపంచాలు మరియు కథలను సృష్టించడానికి అనుమతిస్తుంది.

ఊహాశక్తి సాహిత్యంలో ప్రాముఖ్యత కలిగి ఉన్న అనేక కారణాలు ఉన్నాయి. మొదట, ఊహాశక్తి మనకు కొత్త దృక్కోణాలను అందిస్తుంది. ఇది మనకు నిజ జీవితాన్ని కొత్త మార్గంలో చూడటానికి అనుమతిస్తుంది. రెండవది, ఊహాశక్తి మనకు కొత్త ఆలోచనలు మరియు భావాలను అన్వేషించడానికి అనుమతిస్తుంది. ఇది మనకు మన స్వంత సృజనాత్మకతను వ్యక్తపరచడానికి అనుమతిస్తుంది. మూడవది, ఊహాశక్తి మనకు వినోదం మరియు ఉల్లాసాన్ని అందిస్తుంది. ఇది మనకు కొత్త ప్రపంచాలను అన్వేషించడానికి మరియు కొత్త అనుభవాలను కలిగి ఉండటానికి అనుమతిస్తుంది.

ఊహాశక్తి పాఠకులపై కూడా గణనీయమైన ప్రభావాన్ని చూపుతుంది. ఇది పాఠకులకు కొత్త ఆలోచనలు మరియు అనుభవాలను అందించడం ద్వారా వారి అవగాహనను విస్తరించవచ్చు. ఇది పాఠకులకు వారి స్వంత సృజనాత్మకతను ప్రోత్సహించడం ద్వారా వారి స్వీయ-

అభివృద్ధికి సహాయపడవచ్చు. ఇది పాఠకులకు వినోదం మరియు ఉల్లాసాన్ని అందించడం ద్వారా వారి జీవితాలను మెరుగుపరచవచ్చు.

రెండవ భాగం

ఊహశక్తి సాహిత్యంలో అనేక విభిన్న రూపాలలో కనిపిస్తుంది. ఇది సైన్స్ ఫిక్షన్, ఫాంటసీ, మాజిక్ రియలిజం మరియు ఇతర శైలులలో కనిపిస్తుంది. ఊహశక్తిని ఉపయోగించే కొన్ని ప్రసిద్ధ రచయితలు జార్జ్ ఆర్వెల్, జార్జ్ లూయిస్ హారీసన్, ఐజాక్ అసిమోవ్, జ.ఆర్.ఆర్. టోల్కీన్ మరియు జే.కె. రౌలింగ్.

ఊహశక్తి సాహిత్యంలో శాశ్వతమైన ప్రాముఖ్యత కలిగి ఉన్న శక్తివంతమైన సాధనం. ఇది మనకు కొత్త దృక్కోణాలను అందిస్తుంది, కొత్త ఆలోచనలు మరియు భావాలను అన్వేషించడానికి అనుమతిస్తుంది మరియు వినోదం మరియు ఉల్లాసాన్ని అందిస్తుంది.

పరిశోధన కోసం భవిష్యత్తు దిశలు: సైన్స్ ఫిక్షన్ మరియు ఫాంటసీ సాహిత్యాలను అన్వేషించడానికి కొత్త మార్గాలను సూచించడం

ప్రథమ భాగం

సైన్స్ ఫిక్షన్ మరియు ఫాంటసీ సాహిత్యం సమాజంలో ఒక ముఖ్యమైన పాత్ర పోషిస్తుంది. ఇది మనకు కొత్త ఆలోచనలు మరియు అనుభవాలను అన్వేషించడానికి అనుమతిస్తుంది. ఈ రెండు శైలులపై పరిశోధన అనేది ముఖ్యమైనది, ఎందుకంటే ఇది మనకు ఈ సాహిత్యం ఎలా పనిచేస్తుందో మరియు అది మన సమాజంపై ఎలా ప్రభావం చూపుతుందో అర్థం చేసుకోవడంలో సహాయపడుతుంది.

సైన్స్ ఫిక్షన్ మరియు ఫాంటసీ సాహిత్యంపై పరిశోధన కోసం అనేక భవిష్యత్తు దిశలు ఉన్నాయి. కొన్ని ముఖ్యమైన దిశలు ఇక్కడ ఉన్నాయి:

- ఈ రెండు శైలుల మధ్య సంబంధాలను అన్వేషించండి. సైన్స్ ఫిక్షన్ మరియు ఫాంటసీ సాహిత్యం తరచుగా ఒకదానికొకటి కలిసి ఉంటాయి. ఉదాహరణకు, సైన్స్ ఫిక్షన్ నవలలు కొన్నిసార్లు ఫాంటసీ అంశాలను కలిగి ఉంటాయి, మరియు ఫాంటసీ నవలలు కొన్నిసార్లు సైన్స్ ఫిక్షన్ అంశాలను కలిగి ఉంటాయి. ఈ రెండు శైలుల మధ్య సంబంధాలను అన్వేషించడం ఈ రెండు శైలుల యొక్క స్వభావం మరియు ప్రభావాలను మరింత అర్థం చేసుకోవడంలో సహాయపడుతుంది.

- ఈ రెండు శైలులలోని సాహిత్యాన్ని వివిధ సాంస్కృతిక కోణాల నుండి అన్వేషించండి. సైన్స్ ఫిక్షన్ మరియు ఫాంటసీ సాహిత్యం ప్రపంచవ్యాప్తంగా రచించబడుతోంది. వివిధ

సాంస్కృతిక కోణాల నుండి ఈ సాహిత్యాన్ని అన్వేషించడం ఈ రెండు శైలుల యొక్క వైవిధ్యాన్ని మరియు ప్రపంచంపై వాటి ప్రభావాన్ని మరింత అర్థం చేసుకోవడంలో సహాయపడుతుంది.

- ఈ రెండు శైలులలోని సాహిత్యం ఎలా మార్పు చెందుతోంది అనేది అర్థం చేసుకోండి. సైన్స్ ఫిక్షన్ మరియు ఫాంటసీ సాహిత్యం నిరంతరం మారుతూ ఉంటుంది. ఈ మార్పులను అన్వేషించడం ఈ రెండు శైలుల యొక్క భవిష్యత్తును అర్థం చేసుకోవడంలో సహాయపడుతుంది.

ముగింపు వ్యాఖ్యలు: ఊహాశక్తి యొక్క విలువ మరియు మన ప్రపంచాన్ని ఆకృతి చేయడంలో దాని పాత్రపై చివరి ఆలోచన

ఊహాశక్తి అనేది మానవ సృజనాత్మకత యొక్క ఒక ముఖ్యమైన అంశం. ఇది మనకు కొత్త ఆలోచనలు మరియు అనుభవాలను అన్వేషించడానికి అనుమతిస్తుంది. ఊహాశక్తి సాహిత్యం, సినిమా, నృత్యం, సంగీతం మరియు ఇతర కళారూపాలలో కనిపిస్తుంది.

ఊహాశక్తి యొక్క విలువ అనేక కారణాల వల్ల ఉంది. మొదట, ఊహాశక్తి మనకు కొత్త దృక్కోణాలను అందిస్తుంది. ఇది మనకు నిజ జీవితాన్ని కొత్త మార్గంలో చూడటానికి అనుమతిస్తుంది. రెండవది, ఊహాశక్తి మనకు కొత్త ఆలోచనలు మరియు భావాలను అన్వేషించడానికి అనుమతిస్తుంది. ఇది మనకు మన స్వంత సృజనాత్మకతను వ్యక్తపరచడానికి అనుమతిస్తుంది. మూడవది, ఊహాశక్తి మనకు వినోదం మరియు ఉల్లాసాన్ని అందిస్తుంది. ఇది మనకు కొత్త ప్రపంచాలను అన్వేషించడానికి మరియు కొత్త అనుభవాలను కలిగి ఉండటానికి అనుమతిస్తుంది.

ఊహాశక్తి మన ప్రపంచాన్ని ఆకృతి చేయడంలో కూడా ముఖ్యమైన పాత్ర పోషిస్తుంది. ఇది మనకు కొత్త సాంకేతికతలు మరియు ఆలోచనలను రూపొందించడానికి ప్రేరేపిస్తుంది. ఇది మనకు సమాజం యొక్క సమస్యలను పరిష్కరించడానికి కొత్త మార్గాలను అన్వేషించడానికి సహాయపడుతుంది.

ఊహాశక్తి మన ప్రపంచాన్ని మెరుగుపరచడానికి ఒక శక్తివంతమైన సాధనం. ఇది మనకు కొత్త ఆలోచనలు మరియు

అనుభవాలను అందిస్తుంది, ఇవి మనం మన ప్రపంచాన్ని మరింత మంచి ప్రదేశంగా మార్చడానికి ఉపయోగించవచ్చు.

చివరి ఆలోచనలు

ఊహాశక్తి అనేది మన జీవితంలో ఒక ముఖ్యమైన భాగం. ఇది మనకు కొత్త ఆలోచనలు మరియు అనుభవాలను అన్వేషించడానికి అనుమతిస్తుంది, ఇవి మనం మన ప్రపంచాన్ని మరింత మంచి ప్రదేశంగా మార్చడానికి ఉపయోగించవచ్చు.

ఊహాశక్తిని ప్రోత్సహించడం ముఖ్యం. మనం పిల్లలకు ఊహాశక్తిని అభివృద్ధి చేయడానికి అవకాశాలను అందించాలి. మనం ఊహాశక్తితో కూడిన సాహిత్యం, సినిమా మరియు ఇతర కళారూపాలను ప్రోత్సహించాలి.

ఊహాశక్తిని ఉపయోగించి, మనం మన ప్రపంచాన్ని మెరుగుపరచగలము.

www.ingramcontent.com/pod-product-compliance
Lightning Source LLC
LaVergne TN
LVHW020432080526
838202LV00055B/5157
* 9 7 8 8 1 1 9 8 5 5 0 8 7 *